மூன்றாவது துளுக்கு

சிறுகதைகள்

மூன்றாவது துளுக்கு

மயூரா ரத்தினசாமி

எதிர் வெளியீடு

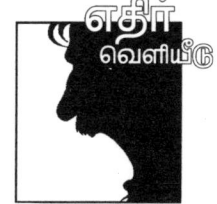

மூன்றாவது துளுக்கு (சிறுகதைகள்)
ஆசிரியர்: மயூரா ரத்தினசாமி

© ரத்தினசாமி

முதல் பதிப்பு : டிசம்பர் 2014

எதிர் வெளியீடு,
96, நியூ ஸ்கீம் ரோடு, பொள்ளாச்சி - 642 002
தொலைபேசி: 04259 - 226012, 98650 05084

வடிவமைப்பு: மயூரா ரத்தினசாமி

விலை ரூ. 130

Moondraavathu Thulukku (Short stories)
Author : Mayura Rathinaswamy

© Rathinaswamy

First Edition : December 2014

Published by
Ethir Veliyedu, 96, New Scheme Road, Pollachi - 642 002
email : ethirveliyedu@gmail.com
www.ethirveliyedu.com

Printed at Jothy Enterprises, Chennai

Price : ₹130

பள்ளித்தோழனும்
சிறந்த கதை சொல்லியுமான
'ட்ரிக்க...ட்ரிக்க...டுமீல்...'
பி.வி.மனோகரனுக்கு

உங்களுடன்...

2007ல் வெளியான முதல் கவிதைத் தொகுப்பான 'நெடுஞ்சாலையைக் கடக்கும் நத்தை'க்குப் பின் வரும் எனது முதல் சிறுகதைத் தொகுப்பு இது.

எனது முதல் கதை 1998ல் ஆனந்த விகடனில் பிரசுரமானது. அதுநாள்வரை வெகுஜன இதழ்களில் வாசித்த கதைகளின் தாக்கமும், இதுபோல என்னாலும் ஒரு கதை சொல்ல முடியும் என்ற நம்பிக்கையும் என்னை எழுதத்தூண்டியதென்று நினைக்கிறேன். நான்கு ஆண்டுகளில் சுமார் பத்து கதைகள் ஆனந்த விகடன், குமுதம், மாலைமதி, கல்கி ஆகிய இதழ்களில் பிரசுரமாயின.

திருப்பூர் சுப்ரபாரதிமணியனின் 'கனவு' இதழும் அவர் நடத்திய கனவு இலக்கிய வட்டத்தின் கூட்டங்களும் சிற்றிதழ்களை அறிமுகப்படுத்தியது. கதாசிரியன் தனக்குள் நிச்சயித்துக்கொண்ட முடிவை நோக்கி வாசகனை சாமார்த்தியமாக நகர்த்துவதும், சிக்கல்களுக்கு தீர்வு சொல்வதும், சுபம் (முற்றிற்று) என்ற ஒற்றை இலக்கை நோக்கி கதையை இட்டுக்கட்டியபடி செலுத்துவதும் அல்ல எழுத்தாளனின் வேலை என்பது சிற்றிதழ் வாசிப்பில் புரிந்தது. கதைகள் ஒருபோதும் முடிவுறாதவை என்று எங்கோ வாசித்தது மனதில் ஒட்டிக்கொண்டது. எல்லாக் கதைகளுக்கும் தொடர்ச்சி உண்டெனவும் தோன்றியது. கவிதைகளிலும் இதே உணர்வு எனக்கிருந்தது.

அக்டோபர் 2000 தாமரை இதழில் கி.பார்த்திபராஜா எழுதிய 'கரிப்பு' என்ற கதை என்னை மேற்கொண்டு அதன் தொடர்ச்சியை எழுதத்தூண்டியது. அப்படியாக எழுதப்பெற்றது 'ஒற்றைச் செருப்புகள்' (2001). அதன்பின் பலவருடங்கள் கழித்து, இவ்வாண்டின் மத்தியில் இத்தகவலை பார்த்திபராஜாவிடம் ஃபேஸ்புக் வாயிலாக பகிர்ந்து கொண்டு என் கதையை அவர் பார்வைக்கு அனுப்பிவைத்தேன். இத்தன்மையை எவ்வாறு அழைப்பது என்று தெரியவில்லை. போலச் செய்தல் என்ற வகைமையில் மட்டும் அடங்கிவிடக்கூடியதா இது? வானசஞ்சாரக்கதைகளும் இப்படியானதொன்றே.

கோயமுத்தூர் மாவட்டம் பெரியநாயக்கன்பாளையம் ஸ்ரீ இராமகிருஷ்ண மிஷன் வித்தியாலயத்தில் என் பள்ளித் தோழர்களில் முதன்மையானவன் பி.வி.மனோகரன். பத்தாம் வகுப்பு பயிலும்போதே நாவல், நாடகம் என்று இயங்கியவன். ஒரு குயர் நோட்டில் அவன் எழுதும் நாவல்களுக்கு இடையிடையே ஓவியம் வரைவது என் வேலை. மனோகரன் சிறந்த கதைசொல்லியும்கூட. ஆசிரியர் வராத வகுப்பு களை அமைதிப்பூங்காவாக பராமரிக்க அவனுக்கு அன்புக்கட்டளை இட்டிருந்தார் தலைமையாசிரியர். கதை சொல்வதன் மூலம் அவன் அதை செவ்வனே நிறைவேற்றினான். பெரும்பாலும் மர்மக்கதைகள். முக்கால் மணிநேர பாடவேளையில் எந்தக்கதையும் முற்றுப்பெற்றதே இல்லை. கதையோடு அவன் உடல்மொழியும் சேர்ந்துகொண்டு எங்களைக் கட்டிப்போட்டுவிடும். 'ட்ரிக்க...ட்ரிக்க...டுமீல்' என்று கைத்துப்பாக்கி வெடிப்பதை விவரிக்கும்போது அவன் கையில் ஓர் அரூபத் துப்பாக்கி முளைத்திருக்கும். வேலைக்குச் சென்ற இடத்தில் தொழிற்சங்க இயக்கங்களிலும், எம்.எல். இயக்கத்திலும் மிகத்தீவிரமாக பங்குபெற்றதன் எதிர்விளைவாக வாழ்க்கை அவனை ஈவுஇரக்கமின்றி சுழற்றியடித்ததில் நாங்கள் ஒரு கதாசிரியனை, கதைசொல்லியை இழந்தோம். 'பொருள் வயின் பிரிவு' அவனை நாடு கடத்தியது. இத்தொகுப்பை பி.வி.மனோகரனுக்கு சமர்ப்பணம் செய்வதில் மட்டற்ற மகிழ்வு கொள்கிறேன். 'ட்ரிக்க...ட்ரிக்க...டுமீல்...'

இத்தொகுப்பிலுள்ள கதைகளை வெளியிட்ட ஆனந்த விகடன், குமுதம், கல்கி, கனவு, தீம்தரிகிட, உயிர்மை, உயிர் எழுத்து, மணல்வீடு ஆகிய இதழ்களுக்கும், பட்டுக்கோட்டை தமிழ்நாடு முற்போக்கு எழுத்தாளர் சங்கத்தினருக்கும், இலக்கியச் சிந்தனை

அமைப்பினருக்கும், கோவை மற்றும் பொள்ளாச்சி இலக்கியச் சந்திப்பு ஒருங்கிணைப்பாளர்களுக்கும், சுப்ரபாரதிமணியன், மேலாண்மை பொன்னுசாமி, ஞாநி, புதுவை ரா.ரஜனி, மனுஷ்யபுத்திரன், சுதீர்செந்தில், மு.ஹரிகிருஷ்ணன், பால்நிலவன் ஆகிய படைப்பாளிகளுக்கும் என் நன்றிகள்.

என் மீதும் எனது படைப்புகளின் மீதும் மிகுந்த நம்பிக்கையும் பிரியமும் கொண்டவர் ஓவியர் ராஜ்குமார் ஸ்தபதி. முகப்பிலுள்ள புகைப்படம் அவருடையது. இந்தத் தொகுப்புக்கென்று இரண்டாண்டுகளுக்கு முன்பு தெரிவுசெய்து வைத்திருந்த அவரது ஓவியத்தைக் காட்டிலும் இந்தப் புகைப்படம் சிறப்பாக இருக்கும் என்று பரிந்துரைத்த அவரது அக்கறை என்றென்றைக்கும் வழித்துணையாய் என்னுடன் வந்துகொண்டேயிருக்கிறது.

செவ்வனே பிழைதிருத்தம் செய்து கொடுத்த அவைநாயகன் அவர்களுக்கும், தொகுப்பின் தலைப்பிலுள்ள எழுத்துப்பிழையைச் சுட்டிக்காட்டி தக்க ஆதாரங்களோடு விளக்கிய கவிஞர் மகுடேசுவரனுக்கும், ஆரம்பகாலத்தில எழுதிய சில கதைகளை இத்தொகுப்பில் சேர்ப்பதிலிருந்த என் தயக்கத்தை உதற வைத்த தோடு பின்அட்டைக்குறிப்பும் தந்த ஸ்ரீபதி பத்மநாபாவுக்கும் கடமைப்பட்டுள்ளேன்.

எதிர் வெளியீடு துவங்கப்பட்ட காலத்திலிருந்து வடிவமைப்பு, அச்சாக்கம் என்ற வகையில் அவர்களுடன் இணைந்து செயல்பட்டிருக்கிறேன். இருந்தாலும் இத்தொகுப்பை அவர்கள் கொண்டுவர வேண்டும் என்ற என் விருப்பத்தை அவர்கள் முன் வைப்பதில் எனக்குத் தயக்கம் இருந்து வந்தது. புனைவிலக்கியத்தின்பால் அவர்கள் கவனம் கொள்ளாததும் வெளிவந்த புனைவுகளும் மொழிமாற்றப் படைப்புகளாகவே இருந்ததுமே என் தயக்கத்திற்குக் காரணம். சமீப ஆண்டுகளில் இந்நிலை மாறியதும், இத்தொகுப்பை அவர்கள் வெளியிடுவதும் உள்ளபடியே எனக்கு மிகுந்த மகிழ்ச்சியளிக்கக்கூடிய ஒன்று. எதிர் வெளியீடு அனுஷ்க்கு என் அன்பு.

உங்கள் கையிலுள்ள தராசின் மீதும், உங்கள் நாவின் சுவை மொட்டுக்கள் மீதும் என் இரண்டு கண்கள்.

அன்புடன்,
மயூரா ரத்தினசாமி
தொடர்புக்கு 9360 789001

நவம்பர் 30, 2014
கோயமுத்தூர் - 17

உள்ளடக்கம்

சுழற்சி - 11

ஒற்றைச் செருப்புகள் - 19

மூன்றாவது துளுக்கு - 31

மறுவாசிப்பு - 43

பல்லி வேட்டை - 52

மீண்டும் வருவார் - 57

பூஜ்ஜியத்தின் கீழ் பத்தாயிரம் வாசனை அல்லது வடிவக்கொலை வழக்கு - 62

வானசஞ்சாரக் கதைகள் - 66

இது நம்ம ஜாதி - 86

ஜோசப் என்பது வினைச்சொல் - 97

பூட்டைத் தொலைத்துவிடு - 106

பச்சைக் கண்ணாடி - 116

சுமைதாங்கிக்கல் - 124

காதல் அல்ஜீப்ரா - 134

சுழற்சி

ஒரு போலீஸ்காரரர் கைகட்டிக் குறுகி நின்று நீங்கள் பார்த்திருக்கிறீர்களா? அதுவும் போக்குவரத்துக் காவலர்! முதுகு சற்று குனிந்து தோள்கள் இரண்டும் மேலேறி குளிரில் நடுங்குவதைப் போல ஒரு கைகட்டல். பொது இடத்தில் அப்படிப் பார்த்திருக்க மாட்டீர்கள். ஒருவேளை அப்படி நீங்கள் பார்த்திருந்தால் அது அவரின் தர்மபத்தினியின் எதிரிலாயிருந்திருக்கும்.

இதோ ஆறுமுகம் நிற்கிறார்! எதிரில் மனைவி இல்லை. ஆனாலும் நிற்கிறார். இல்லையில்லை. அவர் செய்த காரியத்திற்காக நிற்கிறான்.

உள்ளே காவல்துறை உயர் அதிகாரி கோபால் பேசிக் கொண்டிருப்பது கதவில் இருந்த சிறிய கண்ணாடி வழியே தெரிந்தது. உயரம் குறைந்த அகலமான சோபாக்கள் காலியாகக் கிடந்தாலும் உட்கார முடியவில்லை. வரவேற்பில் இருந்த பெண் ஆங்கிலத்திலும் தமிழிலும் தலா ஒருமுறை சொல்லிப்பார்த்து விட்டாள். உட்காரும் குற்றத்தையும் செய்ய அவனுக்குக் துணிவில்லை.

பெரிய கண்ணாடிச் சுவருக்கு வெளியே பச்சைப் புற்களுக்கு

ஒருவர் நீர் பாய்ச்சிக் கொண்டிருந்தார். கடைசியாக இந்த வேலைதான் தனக்கு விதிக்கப்பட்டிருக்குமோ என்ற ஐயம் எழுந்தபோது ஆறுமுகம் கலக்கமடைந்தான். அளவுக்கு அதிகமாக ஆசைப்பட்ட புத்தியை மனதுக்குள் செருப்பால் அடித்துக் கொண்டான்.

எப்பொழுது எப்படி எங்கு ஆரம்பமானது இப்பழக்கம் என்பதில் ஆறுமுகத்திற்கு அவ்வளவாகத் தெளிவில்லை. தெளிவாக ஞாபகம் வைத்துக் கொள்ளுமளவுக்கு இப்பழக்கம் ஒன்றும் அரிதான நிகழ்வு அல்ல என்பதும் அப்படியே நினைவில் இருத்தியிருந்தாலும் பிற்பாடு அதனைப்பற்றி யாரிடமாவது பெருமையாக பிரஸ்தாபித்து நெஞ்சுயர்த்திக் கொள்ளக்கூடியதும் அல்ல என்பதும் ஒரு காரணமாயிருக்கலாம்.

முதன்முதலாக லஞ்சம் வாங்கியதைப் போய் டைரியில் குறித்து வைத்துப் பாதுகாக்கவா முடியும்? ஆனாலும் வீட்டுக்குள் மனைவி முன் நிமிர்ந்து உட்கார்ந்தது இந்தப் பழக்கம் ஆரம்பித்த பிறகுதான்.

“டிராபிக் கான்ஸ்டபிள் வேலெ. சம்பளத்துக்கு மேலே கிம்பளம் கிடைக்கும்னு சொல்லி எங்கப்பா உங்களை எந்தலையிலே கட்டினாரு. ஆனா இங்க வந்து பாத்தாத்தானே தெரியுது. காந்தி பரம்பரைன்னு”

திருமணமான இரண்டாம் மாதமே ஆரம்பமாகிவிட்டது இந்த வசனங்கள். அவள் - சாவித்திரி - இருக்கும் மனநிலைக்கேற்ப இந்த வசனத்தில் வல்லினமும் இடையினமும் சதவிகித வித்தியாசம் இருந்தாலும் அடிநாதம் என்னவோ ஒன்றுதான். பிழைக்கத் தெரியாத மனுசன்.

அவ்வப்போது காவலர் குடியிருப்பில் இருக்கும் மேல்மாடி, கீழ்மாடி, எதிர்வீட்டு, பக்கத்து வீட்டு ஆண்களின் வீரதீர பாரக்கிரமங்களைப் பற்றிய செய்தியோடு ஆறுமுகத்துடன் ஒப்பிடல் வேறு நடக்கும். அதில் பெரும்பாலும் ஆறுமுகத்தின் நிலை அதலபாதாளத்தில். ஏனென்று கேட்க ஆளில்லாமல் குப்பைத் தொட்டி எச்சில் இலையாய்க் கிடக்கும்.

இத்தனை ஏச்சுகளின் பேச்சுகளின் முடிவிலும் லஞ்சம் வாங்குவதிலுள்ள நியாயங்களை சாமர்த்தியமாக நிறுவ முயற்சிப்பாள் சாவித்திரி. சமயத்தில் இந்த முயற்சியில் வெற்றி பெற்று விடும் சோதனைகளும் நடக்கும்.

“தப்பு செஞ்சவங்ககிட்டதானே நீங்க பணம் வாங்கறீங்க. இதுல என்ன தயக்கம் வேண்டிக் கிடக்குது. இதுவே நீங்க கேஸ் புக்

பண்ணி ஸ்டேஷன் கோர்ட்டுன்னு இழுத்தீங்கன்னா அவங்களுக்கு இதைவிட மூணு நாலு மடங்கு செலவாகும்ல. லைசன்ஸ் இல்லாதவங்க கிட்ட - தப்பு செய்யுறவங்ககிட்ட வாங்கறது ஒன்னும் தப்பில்லே. உங்களுக்கு இது ஏன் புரியவே மாட்டேங்குது"

ஆறுமுகத்திற்குக் கூட 'அட சரிதான்' என்று தோன்றும். ஆனாலும் நடுரோட்டில் பலபேருக்கு மத்தியில் கைநீட்டி வாங்கும் தைரியம் தான் வரமாட்டேன் என்று பூச்சாண்டி காட்டியது. வாங்கிக் காட்ட வேண்டும் என்ற ஆசையும் எழாமல் இல்லை. காந்திசாலையில் ஓர் இடம் இதற்கெல்லாம் தோதானது என்று சகாக்கள் மூலம் கேள்விப்பட்டதிலிருந்து ஒரு ரகசியத் திட்டம் மனதுக்குள் அவ்வப்போது எட்டிப் பார்த்து ஆசை காட்டியது.

வீட்டில் இந்த லஞ்சம் வாங்காத குற்றம் ஒரு நாள் பயங்கர சத்தத்துடன் வெடித்தது.

ஒரு மாலை வேளையில் ஆறுமுகம் மாடிப்படி ஏறியபோது எதிர்வீட்டில் ஒரே கும்மாளமும் கூத்தும். திருவிழா போல ஏக சத்தத்துடனும் சந்தோஷத்துடனும் ஆயிரம் வாட்ஸ் ஸ்பீக்கர் காதைக் கிழித்துக் காயப்போட்டது. வாயிற்படியில் சகதர்மிணி சாவித்திரி சிவந்த கண்களுடன் எரித்துவிடுவது போல் நின்றிருந்தாள்.

ஏதோ நடந்திருக்கிறது. என்னவென்று தெரியவில்லை.

கதவைச் சாத்திவிட்டு வந்த சாவித்திரி ஆறுமுகத்தைப் பிடித்து உலுக்கிய உலுக்கலில் ஆறுமுகத்திற்கு எதிர்வீட்டுக்காரன் பெரிய கலர் டிவி வாங்கிய விவரம் தெரிந்தது. அதுவும் அறையின் மூலைக்கொன்றாய் நான்கு ஸ்பீக்கருடன். அதுவும் இலவசமாய் காபி மேக்கர் வேறு. அதுவும் கைமேல் காசு கொடுத்து ரொக்கமாக. இத்தனை அதுவும்களும் சேர்ந்து ஆட்டிப்படைக்க, சாவித்திரி ஆறுமுகத்தை உலுக்கி வதக்கிய அந்த அந்திப்பொழுதில் தான் ஆறுமுகத்திற்கு ஞானம் வந்திருக்க வேண்டும்.

முதன்முதலாய் வாங்கிய இருபது ரூபாயை சாவித்திரியிடம் கொடுத்தபோது 'ப்பூ... இவ்வளவுதானா' என்ற ஏளனத்தோடு பார்த்தாலும் காபி டம்ளரை நங்கென்று டீபாயில் வைக்காமல் குனிந்து கையில் கொடுத்தாள். ஆறுமுகம் தன்னைக் கிள்ளிப்பார்த்து நிஜம் புரிந்துகொண்டான்.

அடுத்த ஓரிரு மாதங்களில் ஆறுமுகத்தின் அந்தஸ்து வீட்டில் வெகுவாக உயர்ந்து போனது. மனைவியின் உபசரிப்புகளில் திளைத்து இரண்டு பெண்களுக்கு அப்பாவாகிப் போனான்.

சாவித்திரியின் வார்த்தையில் சொல்வதென்றால் 'பொழைக்கத் தெரிந்த ஆம்பிளை'யாகிப் போனான். விலைவாசி ஏற்றத்தை மனதில் கொண்டு இப்பொழுதெல்லாம் ஆறுமுகத்தின் குறைந்தபட்சத் தொகையே நூறு என்று ஆகிப் போனது.

ஒரு பெரிய தொகையை எதிர்பார்த்து அந்த லாரியை மடக்கியிருந்தான் ஆறுமுகம். லாரியல்ல அது. இரண்டு அடுக்குகள் கொண்ட டிரக். கார்களை ஏற்றி வருவது அதன் வேலை. மேலடுக்கில் ஐந்தும் கீழடுக்கில் ஐந்துமாக பத்து கார்கள். பத்து லட்சம் பெறுமானமுள்ள நகரும் குட்டி வீடுகள். திருப்பூர் மாப்பிள்ளைகள் சந்தையில் 'ஓட்ட காரும், பவுனு நூறும்' கேட்பது போல காருக்கு நூறு என்று ஆயிரமாவது கறக்கலாம். காலை எட்டு மணிக்குமேல் நகர எல்லைக்குள் நுழைந்துவிட்டதாக குற்றச்சாட்டு.

வண்டியை விட்டு இறங்காமலேயே டிரைவர் ஐம்பது ரூபாயை நீட்டினான். நோட்டை இரண்டாக மடித்து வலது கையில் இருவிரல்களுக்கு இடையில் வைத்து நீட்டிய பாங்கு ஆறுமுகத்தை அலட்சியம் செய்வதாக இருந்தது. சற்று ஓரமாக மரத்தடியில் போய் நின்று கொண்டு இறங்கி வருமாறு சைகை காட்டினான்.

"ஐம்பது ரூபா நீட்டுனா விட்டுருவனா"

டிரைவர் இரவு முழுவதும் ஓட்டி வந்த களைப்பில் துவண்டு போயிருந்தான். அரைகுறை தமிழ்தான் தெரிந்தது. கிளீனர் பையன் கேபினில் நன்றாக தூங்கிக் கொண்டிருந்தான்.

"இப்படி திரும்பி பக்கம் சார்"

"என்னை என்ன கிலோமீட்டர் கணக்கு போட்டு வாங்கறவன்னு நெனச்சுட்டியா. பணம் இல்லாட்டி பார்ட்டிகிட்ட போயி வாங்கிட்டு வா. பக்கந்தானே போ. போய் வாங்கிட்டு வா. ஆயிரத்துக்கு கம்மியா வந்திடாத போ..."

கிளீனர் பையனை எழுப்பி வழி சொல்லி அனுப்பிவிட்டு வண்டியை ஓரமாக நிறுத்தி தூங்க ஆரம்பித்தான் டிரைவர்.

நகரின் மையத்திலிருந்தது அந்த கார் விற்பனை ஷோரூம். விஸ்தாரமான கட்டிடம். தேவைக்காக கார்கள் வாங்குபவர்களை அங்கே பார்க்க முடியாது. தேவைகள் பூர்த்தியாகி அந்தஸ்தை வெளிப்படுத்த நினைப்பவர்களுக்கான இடம் அது. அதனால் எப்பொழுதும் அங்கே பணத்தின் சலசலப்பு கேட்டுக் கொண்டேயிருக்கும். கள்ளப்பணமா கருப்புப்பணமா என்பதான

விஜிலென்ஸ் ஆட்களின் வேலையையெல்லாம் நாம் எடுத்துக் கொள்ள வேண்டாம்.

ஏ.என்.ராஜதுரையின் பல தொழில்களில் இதுவும் ஒன்று. முக்கியப் புள்ளி. புள்ளியின் நிறம் குறித்த விவாதத்தைப் பிறிதொருநாள் வைத்துக் கொள்ளலாம்.

செல்லிடப்பேசி அழைத்ததும் அதில் ஒளிர்ந்த இலக்கத்தைப் பார்த்து "சொல்லு ராம்" என்றார்.

"குட்மார்னிங் சார். சின்ன பிராப்ளம்"

"என்ன?"

"காலைல வந்த லோடு சிட்டி லிமிட்ல நிக்குது சார். ஒன்பது மணி ஆயிட்டதால் சிட்டிக்குள்ள போகக் கூடாதுன்னு நிறுத்திட்டானாம்"

"என்ன ராம். இந்த சில்லரை விசயத்துக்கெல்லாம் எனக்கு போன் பண்ணனுமா. ஐம்பதோ நூறோ குடுத்து காரியத்தை முடிக்க வேண்டியது தானே"

"ஐம்பதோ நூறோன்னா நானே சரி பண்ணிடுவேன் சார். அந்தாளு ஆயிரம் ரூபா கேக்கறான் சார்"

"ராஸ்கல். பேர் என்ன?"

"ஆறுமுகம் சார். திருச்சி ரோட்டில சுங்கத்துக்கு பக்கத்துல வண்டி நிக்குது"

"சரி, நேற்று நான் கொடுத்த ஐநூறு ரூபா புது கட்டுல ரெண்டு நோட்டை கொடுத்தனுப்பி வண்டிய எடுத்துட்டு வாங்க"

ராஜதுரை செல்லிடப்பேசியில் சில எண்களை அழுத்தினார். அந்த அழுத்தத்தின் வலி தாளாமல் மறுமுனையில் தொலைபேசி அழுதது.

போலீஸ் உயர் அதிகாரி கோபால் எடுத்து "ஹலோ" என்றதற்கு "ஏஎன்ஆர்" என்றார்.

"வணக்கம் சார்" இப்பொழுது கோபாலாகப்பட்டவர் எழுந்து நின்றிருக்க வேண்டும்.

"வணக்கமெல்லாம் சரிதான். ஆனா உங்க ஆளுங்களுக்கு தராதரம்தான் தெரிய மாட்டேங்குது"

"சார் ... நீங்க..." இழுத்தார் கா.உ. அதிகாரி.

"ஏன்யா ஒரு லாரிய விடறதுக்கு ஆயிரம் ரூபா லஞ்சம் வாங்குற அளவுக்கு விலைவாசி ஏறிப்போச்சா"

"சாரி சார்... யார் சார் அது... சொல்லுங்க சார்... உடனே ஆக்ஷன்

எடுக்கறேன் சார்..."

"யாரோ ஆறுமுகமாம். கைக்கு நூறு கேட்ருப்பானாட்டா இருக்குது. அந்தாள கூட்டிட்டு உடனே ரேஸ்கோர்ஸ் ஆபிசுக்கு வா"

கோபால் ஆறுமுகத்துடன் துரை அன் கோவிற்கு போனபோது கார்கள் இறங்கிக் கொண்டிருந்தன. சட்டைப்பையில் இருந்த ஐநூறு ரூபாய் சலவை நோட்டுடன் ஆறுமுகம் நடுங்கிக் கொண்டிருந்தான்.

"நீயெல்லாம் பெரிய ஆபீசருன்னு நெனப்பா. யார் கிட்ட என்ன கேக்கறதுன்னு தெரியாதாய்யா. டிபார்ட்மெண்ட் மானத்த வாங்கறதுக் குன்னே பொறந்திருக்கீங்கய்யா"

"மன்னிச்சிடுங்க சார்"

"இந்த புத்தி கேக்கறதுக்கு முன்னாடி இருந்திருக்கணும்"

"ஏ.என்.ஆர் வண்டின்னு தெரியாம செஞ்சுட்டேன் சார்"

"இதுகூட தெரியாம நீயெல்லாம் என்னய்யா வேலை செஞ்சு கிழிக்கறீங்க. சாரோட செல்வாக்கு தெரியுமில்ல. கம்ப்ளெயின்ட் பண்ணினா கம்பி எண்ண வேண்டியது தான்"

"சார்... எப்படியாச்சும் காப்பாத்துங்க சார்..."

கண்ணாடி அறையினுள்ளே கோபால் நின்றிருக்க ஏ.என்.ஆர். கைநீட்டி கோபமாக பேசிக் கொண்டிருந்தார்.

ஆறுமுகத்திற்கு நிச்சயமாகத் தெரிந்தது. கண்டிப்பாக லஞ்ச ஒழிப்புத் துறையிடம் கைகட்டி நிற்கப் போகிறோம். வேலை போகப் போகிறது. குழந்தைகள் படிப்பு, மனைவி, குடும்பம், கௌரவம்... நினைக்க நினைக்க கால் தரையில் பாவவில்லை. தண்ணீர் குடித்தால் தேவலாம் போலிருந்தது. கண்களில் கண்ணீர் எந்நேரமும் தயாராக இருந்தது.

உள்ளே அழைக்கப்பட்ட ஆறுமுகம் ஏ.என்.ஆர். முன் குலுங்கி அழுதான். கோபால் அப்பொழுதும் நின்று கொண்டுதான் இருந்தார்.

"என்னப்பா"

"தெரியாம செஞ்சுட்டேன் சார். மன்னிச்சுடுங்க சார். ரெண்டும் பொட்டப் புள்ளைங்க சார். பெரியவ வயசுக்கு வந்து நாலு மாசம்தான் சார் ஆகுது. தெரியாம பண்ணிட்டேன் சார். புகார் பண்ணிடாதீங்க சார். ப்ளீஸ் சார்..."

மேற்கொண்டு என்ன பேசுவது என்று தெரியாமல் நா குழறியது. வியர்த்துக் கொட்ட நின்றான். கண்களில் பீதி தெரிந்தது.

ஏ.என்.ஆர். ஆறுமுகத்தை நிமிர்ந்துகூட பார்க்கவில்லை.

குனிந்தபடியே எதிலோ கையெழுத்து போட்டுக் கொண்டிருந்தார்.

"சரி... சரி... இனியாவது பாத்து அளவா நடந்துக்க... போ"

ஆறுமுகம் கண்களைத் துடைத்துக் கொண்டு பாக்கெட்டில் இருந்த இரண்டு ஐநூறு ரூபாய் தாள்களையும் எடுத்து ஏ.என்.ஆர் முன் மேசை மேல் வைத்தான்.

"ரொம்ப நன்றி சார்" சொல்லிவிட்டு வெளியே வந்து சில்லென்றிருந்த தண்ணீரைக் குடித்துக் கொண்டிருந்தபோது வரவேற்பில் இருந்த பெண் அழைத்தாள்.

"பாஸ் உங்களுக்கு நூறு ரூபாய் கொடுக்கச் சொன்னார் சார்"

"ஐயையோ.... வேண்டாங்க..."

"வாங்கலைன்னா கம்ளெயிண்ட் கொடுப்பேன்னு சொல்லச் சொன்னார்"

"ஐயையோ... கொடுங்க..."

ஏ.என்.ஆர். இதுவரை உட்கார் என்று சொல்லாததால் கோபால் நின்றுகொண்டேயிருந்தார்.

"உட்காருங்க கோபால்"

கோபால் சேரின் நுனியில் உட்கார்ந்து, "பாவம்... குழந்தை குட்டிக்காரன் சார்..." என்றார்.

"பரவாயில்லை... விடுங்க"

"சார், ஒரு சின்ன ஹெல்ப்"

"என்ன?"

குரலில் அசுவாரசியம் தெரிந்தது.

"பொண்ணு எம்.சி.ஏ. படிக்கணும்னு விருப்பப்படறா சார். நீங்க கொஞ்சம் மனசு வைக்கணும்"

"எங்க படிக்கறா?"

"உங்க காலேஜில தான் சார்"

"பொட்டப்புள்ளைங்கள காலாகாலத்துல காரியம் பண்ணி அனுப்பி விடாம எதுக்கய்யா பணத்தை வீணடிக்கறே..."

"இல்ல சார். கொஞ்சம் அதிகமா கேக்கறாங்க"

"யாரு மாப்பிள்ளை வீட்டுக்காரங்களா? வரதட்சணை கேஸ்ல புடுச்சு உள்ள போட்ருவேன்னு மிரட்ட வேண்டியதுதானே... ஹ...ஹ..."

பெரிய ஜோக்கை சொல்லிவிட்டது போல சிரித்தார். ஏ.என்.ஆர் சகஜ நிலைக்கு வந்துவிட்டதை கோபால் மனதுக்குள் குறித்துக் கொண்டார்.

"எழுபத்தஞ்சு கேக்கறாங்க. கொஞ்சம் குறைச்சா தேவலை சார்"

"ம்... சொல்றேன்" என்று எழுந்து கொண்டார்.

இது போன்ற சமயங்களில் ஏ.என்.ஆர். எழுந்தால் அத்துடன் பேச்சு முடிந்தது என்று பொருள்.

கோபாலுக்கு அது தெரிந்திருந்ததால் விடைபெற்று வெளியே வந்து விறைப்பாக நடந்தார். ஆறுமுகம் அவர் பின்னாலேயே ஓடினான்.

"இனிமேலாவது பார்த்து நடந்துக்கோ. உன்னால நான் திட்டு வாங்க வேண்டியதாயிட்டது. கால்ல விழாத குறையா நான் கேட்டதால் ஏதோ இதுமட்டுல விட்டாரு. மனுசன் மகா கோபக்காரரு"

ஜீப்பில் ஏறப்போனவர் திரும்பி ஆறுமுகத்தைப் பார்த்து, "சாயங்காலம் டூட்டி முடிஞ்சதும் வீட்டுக்கு வா. அம்மா ஏதோ வாங்கணும்னு சொல்லிட்டிருந்தாங்க" என்றார்.

"சரிங்க சார்"

தான் தப்பிப் பிழைத்து வந்ததை சாவித்திரியிடம் ஆறுமுகம் விவரித்த போது "இருபது வருஷமா சர்வீஸ்ல இருக்கீங்க, ஒரு நெளிவு சுழிவு தெரியுதா... உங்களை கட்டிட்டு அழணும்னு என்னோட தலையெழுத்து" என்றாள்.

(கல்கி 03-09-2000)

ஒற்றைச் செருப்புகள்

வெளியே மழை ஓய்ந்து தூறல் போட்டுக் கொண்டிருந்தது. மழை பூமியின் வெப்பத்தைக் கிளறி எங்கும் புழுக்கத்தைப் பரப்பியிருந்தது. வியர்வையும் குளிருமென ஒரு கலவையான தட்பவெப்பம் சாக்கடையின் வாடையைக் கொண்டிருந்தது.

இதுநாள் வரையில் சாக்கடைக்குள் ஊறிக் கிடந்தவையெல்லாம் நீரின் வேகத்தில் வெளியே வந்து நடைபாதையை ஆக்கிரமித்தபடி ஓடின. ஜனங்கள் அவற்றின் மீது கால் படாதபடிக்கு கவனமாக நடந்து சென்றனர். மறுபடியும் மழை பிடித்துக் கொள்ளுமோ என்ற அச்சத்தால் சிலரது நடையில் வழக்கத்தை விட வேகம் சற்றுக் கூடுதலாயிருந்தது. குடை வைத்திருந்த சிலர் தூறலை ரசித்தபடி மெதுவாக நடந்தனர். வேகமாக நடந்தவர்கள் சற்று இடித்தவாறு நடக்கையில் குடைக்காரர்களிடமிருந்து லேசான முணுமுணுப்பு எழுந்தது. சிறு குடையால் அவர்களுக்கிடையே தடித்த இடைவெளி விழுந்து கிடந்தது.

அந்தச் சிறிய அறையின் தரை மழை காரணமாக பிசுபிசுவென்று ஊறலெடுத்துக் கிடந்தது. இன்னும் சிறிது நேரத்தில் இந்த ஈரம் கோரைப்பாயைத் தாண்டி மேலே வந்து விடலாம். பிறகு நைந்துபோன போர்வையும் அந்த ஈரத்தைத் தன்னுள் ஈர்த்துக்

கொண்டு தன் பங்குக்கு அவனை இம்சைப்படுத்தலாம். செட்டியாரம்மா வீட்டிலிருந்து நல்ல போர்வையாவது வாங்கி வந்திருக்கலாம். அந்தம்மா நிச்சயம் கொடுத்திருப்பார் தான். கேட்கப் போனால் அக்காவைப் பற்றிய பேச்சு வரும் என்று தவிர்த்து விட்டான். அதன் வருத்தம் இப்பொழுது புரிந்தது.

ஈரம் மேலே வருவதற்குள் தூக்கம் வந்துவிட்டால் தேவலை. சாக்கடை நாற்றம், புழுக்கம், ஈரம் எல்லாவற்றிற்கும் மேலாக பசி. இவற்றையெல்லாம் மறக்கடிக்கும் விதமாக இந்தத் தூக்கம் சீக்கிரமே வந்துவிட்டால் நன்றாய்த்தான் இருக்கும்.

இருட்டு, அறையை மேலும் ஈரமாக்கியது. நாற்பது வாட்ஸ் பல்பிலிருந்து பரவும் சிறு வெப்பம் கூட அற்றதாகக் கிடந்தது அறை. குச்சி ஐஸ் வாங்கி டம்ளரில் போட்டுக் கொண்டு ஒரே ஓட்டமாக வீடுவந்து சேர்வதற்குள் டம்ளரின் வெளிப்பக்கம் முத்து முத்தாய் பூத்திருக்கும் நீர்த் திவலைகளைப் போல சுவர் வியர்த்துக் கிடந்தது.

சுவரோரமாகக் குறுகி, சுவருக்குள் நுழையும் முயற்சியாக அவன் மிக நெருங்கி இழைந்து படுத்திருந்தான். இது அவனது நீண்ட நாள் பழக்கம். இப்படி ஒட்டிப் படுப்பதில் ஓர் இனந்தெரியாத பாதுகாப்பை உணர்ந்தான். அந்த சுவரைத்தாண்டி அவனை யாரும் வெளியே தள்ளிவிட முடியாது என்கிற விதமாகவும் அது இருக்கலாம். ஒவ்வொரு பருவத்திலும் அவனை மற்றவர்கள் ஒன்றிலிருந்து இன்னொன்றுக்கு வலுக்கட்டாயமாகத் தள்ளி விட்டதினால் எழுந்த பாதுகாப்பு ஏற்பாடாகவும் இருக்கலாம். இதன் காரணமாகவே அவன் உறங்கும் பொழுது சுவரோரங்களைத் தேர்ந்தெடுத்துக் கொண்டான். அப்படியானதொரு இடம் கிடைக்காமல் அறையின் நடுவில் படுக்கும் நாட்களில் கெட்ட கனாக்களில் தூக்கத்தைத் தொலைத்து விட்டு பகல் முழுவதும் கொட்டாவி விட்டு அலைந்தான்.

வயிறு நிறைந்திருந்தால் இந்நேரம் அடித்துப் போட்டாற்போலத் தூங்கியிருக்கலாம். இன்று பட்டினி. யாரோ செய்த குற்றத்திற்குத் தண்டனையாக இவனுக்குச் சாப்பாடு வெட்டு.

வேர்க்கடலை டப்பாவை அவன் உதைத்து மணலில் தள்ளாமல் இருந்திருக்கலாம். அதற்கு இவன் அவனிடம் காசு கேட்காமல் இருந்திருக்க வேண்டும். அப்படி காசு கேட்காமல் இருந்திருந்தால் முதலாளிக்கு பதில் சொல்லியாக வேண்டும் அல்லது கன்னம் சிவக்க அறை வாங்கியாக வேண்டும். தின்றவன் காசு கொடுப்பான் என்ற தைரியத்தில் கேட்டது பிழையாய்ப் போய்விட்டது. விற்ற

கடலைக்கு காசு கேட்பது தவறென்று அவனுக்குத் தெரியவில்லை.

காசுக்குக் கடலை கொடுப்பதற்கும் கடலைக்குக் காசு கேட்பதற்கும் இடையிலான நுட்பமான வித்தியாசத்தை மாயாண்டி சொல்லித்தான் அவன் தெரிந்து கொண்டான். இது போல இந்தக் கடற்கரையில் எத்தனையோ பாடங்களைக் கற்றாகி விட்டது. பாடங்களும் தீர்ந்த பாடில்லை. பரீட்சை எழுதின பிறகே பாடங்களைக் கற்றுக் கொள்ள வேண்டிய சூழல் அவனுக்குப் புதிது.

இங்கு வந்து சேர்ந்த இந்த ஆறு மாதத்தில் முதலாளியின் உதைகள் சற்றே பழக்கப்பட்டுப் போனாலும் பட்டினி அனுபவம் புதிது. போகப்போகச் சரியாகிவிடும் என்று சக தோழர்கள் ஆறுதல் படுத்தினார்கள். உதைகள் பழகியதைப் போலவே பட்டினியும் பழகி விட்டால் தொல்லையில்லாமல் போகும் என அவன் அர்த்தப்படுத்திக் கொண்டானோ என்னவோ?

இரவை எப்படி விடிய வைக்கப் போகிறோம் என்பதே மலைப்பாக இருந்தது. இந்நேரம் ஊரில் இருந்திருந்தால் அம்மா சோறு ஊட்டி விட்டிருப்பாள்.

'ஆனால் அம்மா... நீ தான்.... ஊரிலும் இல்லையே'

ஊட்டி விட்டுச் சாப்பிடும் வயசல்ல அவனுக்கு என்றாலும் பள்ளி முடிந்து விளையாடிவிட்டுத் தெருப்புழுதியோடு வீட்டுக்கு வந்தால் வீடு வெறிச்சோடிக் கிடக்கும். செட்டியாரம்மா வீட்டிற்கு வேலைக்குப் போயிருப்பாள் லட்சுமி. தூக்கம் இமைகளை இழுத்து இம்சிக்கும். எட்டு மணிக்கு லட்சுமி வருவதற்குள் சுருண்டு படுத்துத் தூங்கி விடுவான். எழுப்பி தட்டில் பழையதைப் போட்டு வைத்தாலும் தூங்கித் தூங்கி விழுவான். சோற்றை எடுத்து வாய்க்குக் கொண்டு போகும் வலது கை கன்னத்தில் மோத சொக்குவான். வேறு வழியில்லாமல் அவளே பிசைந்து ஊட்ட வேண்டியிருக்கும்.

செட்டியாரம்மா வீட்டில் ஏழுமணிக்கே வேலைகள் முடிந்து விடும் லட்சுமிக்கு. ஆனாலும் எட்டு மணிக்குத்தான் அங்கிருந்து புறப்படுவாள். அப்படி தாமதமாக வருவதற்க ஒரு காரணம் வைத்திருந்தாள். இருந்திருந்தாற் போல செட்டியாரம்மாவின் பிள்ளைகள் "எனக்கு இது புடிக்கலே... போ..." என்று சப்பாத்தியையோ, தோசையையோ, இட்லியையோ அப்படியே தட்டில் வைத்து விட்டு எழுந்து விடுவார்கள். அப்புறம் அத்தனையையும் லட்சுமியை எடுத்துப் போகச் சொல்லி விட்டு செட்டியார் ஆனந்தபவன் சென்று புரோட்டா வாங்கி வந்து பிள்ளைகளுக்குக் கொடுப்பார். அப்படிப்பட்ட அதிர்ஷ்ட

தருணங்களை லட்சமி தினமும் எதிர்பார்க்க முடியாது. இந்த வாய்ப்புக்காக அவள் ஒரு மணி நேரம் செட்டியாரம்மா வீட்டில் காத்துக் கிடந்து தான் கிளம்புவாள்.

சாதாரணமாக இருந்த பசி அம்மாவின் நினைப்பு வந்ததும் அதிகமானது. பசி நினைவுகளைக் கிளறிவிடும் போல. பசி நேரத்திய எண்ணங்கள் சோற்றைச் சுற்றியே வட்டமிட்டபடி இருக்கின்றன.

முன்னர் கிடைத்த சோற்றைப் பற்றின எண்ணங்களே இன்றைய பசியைக் குறைப்பதாக இருந்தால் எவ்வளவு நன்றாக இருக்கும். பசியின் கோரத் தாண்டவத்தை மூளைக்கு உணர்த்தும் செல்களையோ நரம்புகளையோ அல்லது மற்ற ஏதாவது ஒன்றையோ உடம்பிலிருந்து அகற்றிவிட்டாலும் இந்த விஞ்ஞானம் உருப்படும். மாதத்திற்கு ஒரு முறை சம்பளம் என்பதைப்போல மாதமொருமுறை சாப்பிட்டால் போதும் என்ற நிலையை ஏன் இவர்கள் ஆராயாமல் காலம் கடத்திக் கொண்டிருக்கிறார்கள்? மூன்று வேளை என்பதை ஒரு வேளையாகக் குறைக்கவாவது முயற்சி செய்தால் என்ன? வயிறு இல்லாமலே படைத்திருந்தாலும் சரிதான். குளோனிங்கில் ஏதாவது வழியிருக்குமோ? சாப்பாடு தேவையில்லாத மனிதனைப் படைத்து விட்டால் உலகப் பிரச்சினைகள் தீர்ந்து சமாதானமாகிவிடுமோ?

வாய்விட்டு அழவேண்டும் போலிருந்தது. அழுகைக் குரல் வெளியே கேட்டால் அதற்கு வேறு தனியாக உதை விழுமோ என்ற பயத்தில் உள்ளுக்குள்ளேயே அழுதான்.

பக்கத்து அறையில் பையன்களின் சிரிப்புச் சத்தம் கேட்டது. இவனை விட ஓரிரண்டு வயது மூத்தவர்களும் இளையவர்களும் கும்மாளத்துடன் சாப்பிட்டுக் கொண்டிருந்தனர். சோற்றுக் கஞ்சியும் தொட்டுக் கொள்ள ஊறுகாயும் அவர்களது பசிக்கு கன ஜோராக இருந்திருக்க வேண்டும். பசி ருசி அறியாது என்பது முதலாளிக்கு மிகவும் சாதகமாகவே இருந்தது. சோறு தட்டில் விழும்போதே அவரவர்கள் அன்று விற்ற கடலையின் அளவைக் குறித்த விசாரிப்புகளும் சேர்ந்து விழும். கடலையின் அளவுக்கும் பசியின் அளவுக்கும் தொடர்பிருப்பதாய் முதலாளி நம்பினார்.

பையன்கள் சத்தம் போட்டுச் சிரித்தபடி சாப்பிட்டுக் கொண்டிருந்தார்கள். அவர்களது சிரிப்பில் அன்று படகு மறைவில் பார்த்த இலவசக் காட்சிகளைப் பற்றிய விவரணைகள் தூக்கலாக இருந்தன.

"புது கிராக்கிடா. ஒரேயடியாக பத்து ரூபாய்க்கு கல்லெ

வாங்கிட்டு இந்தப் பக்கமே வராதே போடான்னு தொரத்திட்டாங்க"

"டேய்... போன வாரம் குடும்பத்தோட வந்திருந்தானே அந்தக் குங்குமப் பொட்டுக்காரன்... அவன் இன்னைக்கு வேற யாரோ கூட உக்காந்திருந்தாண்டா"

"அது கூட பரவாயில்லடா. ஒரு தலை நாலு கால்டா. பார்த்தா பகீர்னு ஆயிடிச்சு. அப்புறம் பாத்தா அவளோட ஜெர்கினுக்குள்ளே ஒளிஞ்சுகிட்டிருக்கறான்"

இதற்கு அனைவரும் பலமாகச் சிரித்தார்கள்.

கடற்கரை ஜனக் கூட்டத்தில் எப்படியும் பூங்கொடியை ஒரு நாள் பார்த்து விடுவோம் என்ற நம்பிக்கை அவனுக்குள் இருந்தது. ஆனால் அவள் இங்கே தான் வந்தாளா என்பது அவனுக்கு நிச்சயமாகத் தெரியவில்லை. பெரிய எக்ஸ்போர்ட் கம்பெனியில் தனக்கும் பூபாலனுக்கும் வேலை கிடைத்திருப்பதாக ஒருநாள் எழுதியிருந்தாள். அவளைக் கண்டுபிடித்து விட்டால் தானும் எக்ஸ்போர்ட் கம்பெனியில் டீ வாங்கி வரும் வேலையாவது வாங்கி விடலாம் என்ற எண்ணம் வந்தது அவனுக்கு.

பையன்களின் சிரிப்பு உச்சத்தை அடைந்தபோது "என்னடா கொட்டமடிக்கறீங்க" என்ற முதலாளியின் குரலும் அதைத் தொடர்ந்து சிறிது நேரத்திற்கு அமைதியும் பின் குசுகுசுவென ஆரம்பமாகும் பேச்சுக்கள் சலசலப்பாகி போகப் போக உச்சத்தில் சிரிப்பாக வெடிக்கும் போது.... "என்னடா... கொட்டமடிக்கிறீங்க"

பசி மயக்கம். தூக்கம் இரண்டிற்குமிடையிலானதொரு நிலையில் இருந்தான் அவன். கண்கள் செருகியது. தூக்கம் வந்தது. தூக்கத்தில் கனவு வந்தது. கனவில் அக்கா வந்தாள்.

--

"தம்பி எழுந்திருடா"

வாரிச்சுருட்டி எழுந்தேன்.

"பசிக்குதக்கா"

"நாடார் கடையில பன்னு வாங்கித் தர்றேன் வா"

கையைப் பிடித்து இழுத்துக் கொண்டு ஓட்டமாக நடந்தாள். அவளோட நடையிலெ அவசரமும் படபடப்பும் தெரிஞ்சுது. தெருவிலெ கொஞ்சம் லைட்டுக தான் எரிஞ்சிட்டிருந்தது. இருட்டான பாதையிலெ நடந்தாலும் தூரத்துலெ தெரிஞ்ச

வெளக்கு வெளிச்சத்துலெ வேகமா நடக்க முடிஞ்சது. போகும் போது அக்கா எதுவுமே பேசலெ. என்னோட கையை மட்டும் இறுக்கிப் பிடிச்சிருந்தா. அவளோட வேகத்துக்கு நடக்கும் போது எனக்கு இறைச்சலா வருது.

“மெதுவா போக்கா. கால் வலிக்குது”

அக்கா புது மஞ்சள் பாவாடை கட்டியிருந்தா. யாரு எடுத்துக் கொடுத்தான்னு கேட்க நினைச்சாலும் வேகமாக நடந்ததால மேல்மூச்சு கீழ்மூச்சு வாங்கிச்சு. எங்கதான் இப்படி அவசரமா கூட்டிட்டு போறாளோ?

மஞ்ச நெறம் அக்காவுக்கு ரொம்பப் புடிக்கும். குச்சி ஐஸ் வாங்கறதானால் கூட மஞ்சள்ளதான் வாங்கணும். தெரு மூலையிலிருந்து வாங்கி டம்ளர்ல போட்டுட்டு வெயில்ல ஓடியாந்து நீட்டுனா அந்த மஞ்சள் கலரையே கண் சிமிட்டாம பார்த்துட்டிருப்பா. அந்த நேரத்துல டம்ளர்ல ஊறிக்கெடக்கற ஐஸ் தண்ணிய ஜில்லுன்னு என் வாயிலெ ஊத்துவா.

அரச மரத்தடி மேடைக்குப் பின்னாடி கூட்டிட்டு போனா. அங்கே பூபாலன் நின்னுட்டிருந்தாரு. மேடையிலெ இருந்த பிள்ளையாருக்குப் பக்கத்துலெ சின்ன கூண்டுல வைச்சிருந்த வெளக்கு காத்துலெ அசைஞ்சாலும் அணையலெ. எல்லாம் சாமியோட சக்தி தான். கண்ணெ மூடி பிள்ளையாரெ கும்பிட்டுகிட்டா அக்கா. வெளிச்சத்திலெ அக்கா ரொம்ப அழகா இருந்தா. அக்கா எப்பவுமே அழகுதா. இப்ப இன்னம் அழகா இருந்தா.

“டெய்லரண்ணா” ன்னேன்.

“அண்ணா இல்லே. மாமான்னு கூப்புடு” ன்னு சொல்லிட்டு அக்கா என்னெ கட்டிட்டு அழுதா. நீயும் வாடான்னு சொல்லி அழுதா. எங்கேன்னு கேக்கனும்னு நெனச்சேன்.

அதுக்குள்ள பூபாலன் “நேரமாயிருச்சு” ன்னு அவசரப்படுத்துனாரு. நாடார் கடையில் பன் வாங்கி கொடுத்தா. நாளைக்கு கப் ஐஸ் வாங்கிக்கன்னு சொல்லி காசு கொடுத்தா.

“பத்திரமா வீட்டுக்குப் போடா”

பன்னு வாங்கி சாப்பிட்டுட்டு வந்து தூங்கி காலையில் எழுந்திரிச்சா, அக்கா டெய்லரோட ஓடிப் போயிட்டதா சொல்லி அம்மா தலையிலெ அடிச்சுட்டு அழுதுட்டிருந்தா. அக்காவோட ஏதோ ஒண்ணு வீட்டுலெ இருந்து போயிடுச்சு போல இருந்துச்சு.

‘எக்ஸ்போர்ட் கம்பெனியில் வேலை. பணத்திற்கு கவலையில்லை.

அப்பாவும் நீயும் இங்கேயே வந்துட்டா கஷ்டமெல்லாம் தீர்ந்துடும். கோபப்பட வேண்டாம். பூபாலன் மாமா நல்லவர். அம்மா பத்து பாத்திரம் தேய்க்க வேண்டாம். எனவே கீழ்க்கண்ட விலாசத்திற்கு உடனே புறப்பட்டு...'

என்னோட பேர் போட்டு வந்த லெட்டரை கிழிச்சு அடுப்புலெ போட்டுட்டு அப்பா என்னெ முறைச்சுப்பாத்து "திருட்டு நாயே நீயும் சேர்ந்துதாண்டா அவளெ பஸ் ஏத்திவுட்டே" ன்னு முதுகுலெ ஒங்கி அடிச்சாரு. நான் குப்புற போய் விழுந்தே. வாயிலெ இருந்து ரத்தம் வந்துச்சு.

"சிறுக்கி மவ... கண்டவனோட ஓடிப்போனதுமில்லாமெ என்னையும் வாழ வெக்கப் போறாளா ஓடுகாலி முண்டெ"

--

பசி மறுபடியும் உறக்கத்தைக் கலைத்துப் போட்டது. எழுந்து உட்கார்ந்தான். அறையின் இருட்டு கண்களுக்கு கொஞ்சம் பழகியிருந்தது. மாயாண்டி அருகில் படுத்திருந்தான். எல்லோரும் இன்றைக்கு அறைக்குள்ளேயே படுத்திருந்ததால் அறை நிரம்பிக் கிடந்தது. வெளியே படுக்கலாமென்றால் சேறாகிக் கிடந்தது வாசல்.

மாயாண்டி கண்விழித்து "பசிக்குதா குமார்" என்று கேட்டான். இது போன்ற வார்த்தைகளை இப்பொழுதெல்லாம் அரிதாகவே கேட்கிறான் அவன். நலம் விசாரித்தலை மக்கள் முற்றிலும் மறந்து விட்டார்களோ என்ற எண்ணம் எழுந்தது. இன்னும் சிறிது காலம் இப்படியே போனால் தனது பெயர் கூட மறந்து போகுமோ என்ற அச்சம் எழுந்தது அவனுக்கு.

மாயாண்டிதான் இவனது பெயர் கால வெள்ளத்தில் கரைந்து போகாதபடிக்கு தற்காலிகமாகக் காத்திருக்கிறான். கடற்கரையில் இவனுக்கும் இவன் விற்கும் பொருளுக்கும் ஒரே பெயரைச் சொல்லியே மக்கள் அழைக்கிறார்கள்.

"கடலெ"

சில சமயம் "டேய் கடலெ..."

முதலாளிக்குப் பெயர் வித்தியாசமெல்லாம் தெரியாது. எல்லோருக்குமான பொதுப் பெயர் அவரிடம் இருந்தது.

"டேய்... இவனே"

சாதி, மதம், உயரம், நிறம், வயது அனைத்தும் அந்த 'இவனே' க்குள் குறுகி ஒளிந்து சமத்துவமாய் கிடந்தன.

மாயாண்டி மறுபடியும் "பசிக்குதா" என்றான்.

குமார் தலையாட்டினான்.

கூரையிலிருந்து சொட்டிய நீருக்காக வைத்திருந்த பிளாஸ்டிக் குவளை நிரம்பியிருந்தது. அதை எடுத்து வெளியே ஊற்றி விட்டு வந்தான் மாயாண்டி. அது சாக்கடையோடு கலந்து காணாமல் போனது. மறுபடியும் நீர் சொட்டும் இடத்தில் வைத்தான். டப் டப் என்ற சத்தத்துடன் தண்ணீர் தன்னுடைய இருப்பை வெளிப்படுத்தியபடி இருந்தது.

"இரு" என மாயாண்டி வெளியே போனான்.

இவனுக்கு காகிதக் கூம்பு சுற்றக் கற்றுக் கொடுத்தவன் மாயாண்டி. சரியாகக் கூம்பு சுற்றத் தெரியாததாலேயே குமாரால் எல்லோரையும் போல வியாபாரம் செய்ய முடியவில்லை. இப்பொழுதெல்லாம் கூம்பு சரியாக வந்துவிட்டாலும் அளவுதான் கண்ணாமூச்சி காட்டியது.

எப்படியாவது அக்காவைக் கண்டுபிடித்து விட்டால் இதற்கெல்லாம் ஒரு முற்றுப்புள்ளி வைத்து விடலாம் என்பது அவனது எண்ணம். எப்படியும் ஒரு நாள் அவள் தன்னிடம் கடலை வாங்க வருவாள் என்பதில் குமார் அசையாத நம்பிக்கை கொண்டிருந்தான்.

மாயாண்டி சூடாக இரண்டு இட்லிகளை வாங்கி வந்தான்.

"இதெல்லாம் சகஜந்தாண்டா, சாப்பிடு"

"காசு கேட்டதுக்கு அந்த ரௌடிங்க கடலையை மணல்ல கவுத்துட்டாங்க"

"இனி தெரிஞ்சு நடந்துக்க அது மாதிரி ஆளுங்களுக்கு கடலை கொடுத்துட்டு சொல்லாம கொள்ளாம கம்பி நீட்டிடணும் தெரிஞ்சுக்க. இல்லான்னா எல்லாத்தையும் காலி பண்ணிபுடுவானுக. தேவடியாப் பசங்க"

"உனக்கு இட்லி வாங்க காசு ஏது?"

"அதெல்லாம் நம்ம மதுரைக்காரம்மா கொடுப்பாங்க. சம்பளம் வாங்கினதும் கொடுத்துக்கலாம். நீ சாப்பிடு"

"அக்காவெ கண்டுபிடிச்சுட்டா நீயும் எங்கூட எக்ஸ்போர்ட் கம்பெனி வேலைக்கே வந்திடு"

"மொதல்ல கண்டுபிடிப்போம். ஒரு போட்டாவாவது கொண்டு வந்திருக்கலாம்ல"

அவன் வீட்டில் இருந்த ஒரே படம், காலண்டர்ல தொங்கும்

வெங்கடாசலபதி தான் என்பது மாயாண்டிக்குத் தெரியாது. அதுவும் சுவரில் காரை பெயர்ந்ததை மறைக்க எங்கேயோ தெருவோரம் கண்டெடுத்து வந்து மாட்டிய பழைய காலண்டர் அது. பாலமுருகன் படம் போட்ட தினத்தாள் காலண்டர் அட்டை ஒன்றும் அவர்கள் வீட்டில் இருந்தது. அடுப்பு அணைந்து போனால் விசிறுவதற்கு லட்சுமி அதை உபயோகப்படுத்தி வந்தாள். புகையை விசிறி விசிறி அதுவும் புகையேறி கொஞ்சநாளில் முருகனும் புகை இருட்டுக்குள் மறைந்து போனான். பிறகு புதிய அட்டை கிடைத்த பொழுது பழையதை மடக்கி அடுப்பில் திணித்துச் சோறு பொங்கி இறக்கினாள் லட்சுமி. அவனது அக்காவின் படத்தை இப்படி யாரும் அச்சிட்டு இலவசமாகக் கொடுக்காததால் அவனிடம் அது இல்லாமலிருந்ததில் வியப்பில்லை.

--

நேற்று ராத்திரியின் உதையும், பட்டினியும் அவனுக்கு சில பாடங்களைக் கற்றுக் கொடுத்திருந்தது. இந்த இரவைக் கழிக்க மாயாண்டி கொடுத்த இட்லி போதுமானதாயிருந்தது. அரை வயிறுதான் என்றாலும் மாயாண்டியின் பரிவு தொண்டைவரை நிரம்பியிருந்தது,

கடற்கரையோரத்தில் ஜோடியில்லாத செருப்புகள் நிறைய கிடந்தன. அலைகள் அச்செருப்புகளை இழுத்துப் போவதும் பிறகு கொண்டு வந்து கரையில் வீசுவதுமாக இருந்தது. எப்படியோ மக்களின் கால்களிலிருந்து இவை தன்னந்தனியாகக் கழன்று விட்டன. புத்தம் புதிய மெருகு குலையாத செருப்புகளும் அதில் காணக்கிடந்தன. ஏன் யாரும் எடுத்துச் செல்வதில்லை என ஒரு கணம் நினைத்தான். பிறகு தனக்குத்தானே குட்டிக்கொண்டு சிரித்தான்.

ஒற்றைச் செருப்பை வைத்துக்கொண்டு என்ன செய்வது?

என்ன செய்ய முடியும்?

அதை எடுத்துச் சென்று அதற்கான சரியான ஜோடியை செய்து போட்டுக் கொள்ளலாமா?

அப்படி ஒரு ஜோடியை செய்ய முடியுமா?

ஒற்றை செருப்பு வியாபாரம் செய்யலாமா என்ற யோசனை கூட குமாருக்கு அவ்வப்போது எழுந்தது. அப்படியொரு வியாபாரம் இருப்பதாக அவனே நினைத்துக் கொண்டான்.

அலை வரும்போது பயந்து கரைக்கு ஓடி வருவதும் அலை திரும்பும்போது அதன் பின்னால் கடலை நோக்கி ஓடுவதுமாக விளையாடிக் கொண்டிருந்தனர் சிறுவர்.

கரையில் எதையோ தேடிக்கொண்டிருந்தது கடல். அலைகளை ஆக்ரோஷமாக எழுப்பியது. அமைதியாக வந்து பேரிரைச்சலோடு உயர்ந்து கரையை அச்சப்பட வைக்கும் வண்ணம் விழுந்து சிறிது தூரம் வந்து பிறகு பெருமூச்சுடன் திரும்பிச் சென்றது. நடுங்க வைக்கும் குரலுடன் ஏதோ ஒரு பெயரைக் கூவியபடி மணலில் பரவி ஓடியது. அதட்டுவதும், மிரட்டுவதும் அடிப்பதும் பிறகு காரியம் கை கூடாமல் பெருமூச்சு விடுவதுமாகக் கடல் வாழ்ந்து கொண்டிருந்தது.

அக்காவை இன்று எப்படியும் கண்டுபிடித்து விடுவோம் என்ற அசாதாரண நம்பிக்கை அவனுள் பூத்துக் கிடந்தது. அந்த நம்பிக்கை கொடுத்த உற்சாகத்தில் வழக்கத்தைவிட பெருத்த சப்தத்துடன் கூவி விற்றான். அந்தக் குரல் காற்றில் கரைந்து நீர்த்துப் போனாலும் அவனது அக்காவால் அதை அடையாளம் கண்டு கொள்ள முடியும் என்பதாக அவன் நினைத்திருக்கலாம்.

"தம்பி... இங்க வா..."

சட்டென்று சகலமும் அவனுள் விழித்துக் கொண்டது.

அக்காவின் குரல்!

அவனுள் வெட்டியெடுக்க முடியாதபடிக்கு படிந்து போன அவளது குரல்!

"அக்கா" என்று திரும்பினான்.

அவள் இவனைப் பார்த்து "ரெண்டு பொட்டலம் கொடு" என்றாள்.

இவன் மறுபடியும் "அக்கா" என்று விழி அகல நின்றான்.

அவள் ஐந்து ரூபாயை நீட்டினாள்.

"நீ... நீங்க... அக்கா... பூங்கொடி அக்கா தானே"

அவனுள் ஆர்வம் கொப்பளித்தது. கடலலைகளைப் போல உள்ளம் ஆர்ப்பரித்தது. வானை முட்டுமளவும் ஓங்கி எழுந்த அலைகள் அக்கா எனக் கூவியது. அவனது நிலைகொள்ளாத தன்மையையும் பரபரப்பையும் அந்த மங்கிய வெளிச்சத்திலும் இவனது கண்களில் வெளிப்பட்ட ஒளியையும் அவளால் உணர்ந்து கொள்ள முடிந்தது. அந்த ஒளி அவளை ஈர்த்தது. பரிவு கொள்ள வைத்தது.

"தம்பி... உனக்கு நான் அக்காதான். ஆனா உன்னோட பூங்கொடி

அக்கா நானில்லே”

ஆழ்ந்த பெருமூச்சொன்று அவனிடமிருந்து வெளிப்பட்டாலும் லேசான நம்பிக்கையும் எட்டிப்பார்க்கத்தான் செய்தது.

விளையாடுகிறாளோ?

அப்பொழுது தான் குமார் கவனித்தான். அவளருகில் அவளை அணைத்தவாறு உட்கார்ந்திருந்தான் ஒருவன். முன்தலை வழுக்கலாக சற்றே தொந்தியுடன் அவனது சட்டை பட்டன் திறந்து கிடந்தது. அவளது இடுப்பில் கை போட்டிருந்தான். பூபாலனது முகத்தை அவனுடன் ஒட்டிப்பார்த்து ஏமாந்தான் குமார்.

இவர்... இவன்... பூபாலன் இல்லை. அப்படியானால் இவளும் அக்கா இல்லை. அக்காவைப் போலவே இருப்பவள். அக்கா கொண்டை போட மாட்டாள். இவள் போட்டிருக்கிறாள். கையில்லாத ஜாக்கெட்டும் போட்டிருக்கிறாள். இவள் அக்கா இல்லை தான்.

அவனது ஆர்வம் முற்றிலுமாக வடிந்து விட்டிருந்தது. இரண்டு பொட்டலங்கள் மடித்து கொடுத்தான்.

“உட்காரு தம்பி” என்றாள்.

கட்டுப்பட்டவன் போல உட்கார்ந்தான்.

“எங்க இருக்கா உங்க அக்கா”

“இங்கதான்”

“இங்கதான்னா எந்த எடத்துல”

“தெரியலே”

“வேலை பாக்கறாளா”

ஆமாம் என்று தலையாட்டினான்.

“எங்க”

“எக்ஸ்போர்ட் கம்பெனியில”

“பேரு?”

“தெரியலெ”

சிறிது நேரம் மௌனம் நிலவியது. குமார் எழுந்து போகலாமா என நினைத்து மீண்டும் உட்கார்ந்து கொண்டான். இந்த பொட்டலம் முடிந்தபிறகு மேலும் கேட்கக்கூடும் என்ற எண்ணமிருந்தது அவனுள்.

“உன்னை விட்டுட்டு அவ ஏன் போனா”

இதற்கு உடனடியாக அவன் பதில் சொல்லவில்லை. அவள்

போனதற்கான காரணத்தை இதுவரை அவன் யோசித்ததில்லை.

"டெய்லர் மாமாவோட இங்க வந்துட்டா"

"லவ்வா"

அவனிடம் இதற்கும் பதிலில்லை.

"அம்மா அப்பா?"

"அம்மா இல்லே. அக்கா போனதும் செத்துட்டா"

"அப்பா?"

"தெரியலே. எங்க போனார்னு தெரியலே" சொல்லிவிட்டு முகத்தைப் பொத்திக் கொண்டு அழுதான்.

சொட்டைத்தலை ஆசாமி இடுப்பிலிருந்து கையை எடுத்து நிமிர்ந்து உட்கார்ந்தான்.

"போடா பேமானி... மனுசன் கொஞ்சம் ஜாலியா இருக்கலாம்னு வந்தா சென்டிமெண்ட் பேசறான்... உன்னோட கதையை கேக்க வரலே. எழுந்திருச்சு போடா... நாயே..."

அவன் இறைந்து கத்தினான்.

குமார் வேகமாக எழுந்து நடந்தான்.

அவன் அவளது மடியில் தலையை வைத்து கால் நீட்டி மணலில் படுத்தான். அவனது குறிப்பை உணர்ந்து இவள் இரண்டு கைகளையும் பின்னால் மணலில் ஊன்றி கால்களை மடக்கி ஆங்கில எழுத்து 'எம்' வடிவத்தில் உட்கார்ந்தாள். அவளது முந்தானை அவனது முகத்தை மூடியிருந்தது.

குமார் கரையோரத்தில் கிடந்த ஒற்றைச் செருப்புகளை உதைத்து கடலுக்குள் தள்ளினான். மறுபடியும் அது கரைக்கே வந்தது.

சற்று தூரம் சென்று ஏதோ ஒரு உந்துதலில் திரும்பி அவளைப் பார்த்தான் குமார். அவள் மஞ்சள் நிறத்தில் சேலை அணிந்திருந்தாள். குமார் சற்று நின்று எதையோ யோசித்துவிட்டு பின்பு தயக்கத்துடன் அவளைத் திரும்பித் திரும்பிப் பார்த்தபடி ஜனத்திரளில் கரைந்து போனான்.

அவனையோ அவனைப் போன்ற சிறுவர்களையோ யாரோ கூப்பிட்டார்கள்.

"ஏய்... கடலெ..."

(பட்டுக்கோட்டை த.மு.எ.ச. நடத்திய வ.ரா. நினைவு சிறுகதைப் போட்டியில் முதல் பரிசு பெற்றது. ஏப்ரல் 2001)

மூன்றாவது துளுக்கு

பூங்கொடியின் கேள்விக்கு சண்முகம் இன்னமும் பதில் சொல்லவில்லை. அந்தக் கேள்வி மறந்து விட்டது போலவும் அது அவ்வளவு முக்கியமில்லை என்பது போலவும் தன்னைக் காட்டிக்கொள்ள விருப்பப்பட்டவனாக இருந்தான். ஆனாலும் அவள் தொடர்ந்து கேட்டுக்கொண்டே தானிருந்தாள். அவளிடம் வேறு எந்த வினாக்களும் இல்லை போலிருந்தது.

திருவிழா போய்விட்டு திரும்பிக் கொண்டிருக்கும் மாட்டு வண்டிகளில் கட்டப்பட்டிருக்கும் வண்ண வண்ண பலூன்களைப் பற்றியும், அதிலுள்ள சிறுமிகள் ஜடைகுஞ்சம் கட்டி அழகு பார்த்துச் செல்வது பற்றியும், பையன்கள் உற்சாகமாக ஊதிக்கொண்டு செல்லும் பலூன் பொருத்தப்பட்ட பீப்பி பற்றியும் இல்லாமல் இதே கேள்வியையே தொடர்ந்து அவள் கேட்டுக்கொண்டு வந்தது சண்முகத்துக்கு சலிப்பையும் எரிச்சலையும் ஏற்படுத்தினாலும் இனியும் பதில் சொல்லாமலிருந்தால் அவளிடமிருந்து வரும் அழுகையை அடக்குவது பெரும்பாடு என்பதால் சொல்லிவிடுவது நல்லதாகப் பட்டது.

வண்டி மெதுவாகப் போய்க் கொண்டிருந்தது. மயிலைக்

காளைகளை விரட்டாமல் அதுபாட்டுக்குச் செல்லட்டும் என விட்டிருந்தான் சண்முகம். கையில் இருந்த சாட்டைவாரை ஏதோ மேல்துண்டால் விசிறுவது போலவும், தன் இருப்பைக் காளைகளுக்கு உணர்த்துவது போலவும் அவற்றின் முதுகில் மெல்லிசாக வருடினான். தலையில் சுற்றியிருந்த துண்டை அவிழ்த்து உதறி தலையையும் கழுத்தையும் அழுந்தத் துடைத்து மீண்டும் கட்டிக் கொண்டான். வண்டியின் மேற்புறம் பச்சை, கருநீலம் கட்டம் போட்ட போர்வை கட்டியிருந்தது. போர்வைக்குள் வெயில் படாமல் உட்கார்ந்திருந்தவர்களின் தலைகள் போர்வைக்கு மேல் எழும்பிய மேடு பள்ளங்கள் வண்ணக் குன்று ஒன்று வண்டியில் நகர்வதைப் போன்ற வினோதமான தோற்றத்தை ஏற்படுத்தியிருந்தது.

மேற்குத் தொடர்ச்சி மலையின் உயரமான பகுதி சிங்கம் ஒன்று பாறைமேல் தலைவைத்துப் படுத்திருப்பதைப் போல இருந்தது. "சாப்பிடலேன்னா அந்த சிங்கம் வந்து புடிச்சுட்டுப் போயிடும்" என்ற சொல்லியே தேவாத்தாள் தன் மகளுக்கு சோறு ஊட்டிப் பழக்கியிருந்தாள்.

பூங்கொடி போர்வையை விலக்கி மேற்கே பார்த்து சற்று கலவரத்துடன் "அந்த சிங்கமும் நம்ம கூடவே வருதும்மா" என்றாள்.

அதைக்கேட்டு சுப்பிரமணி வாய்விட்டுச் சிரித்தான். "ஒனக்கு சிங்கம்னா பயமா இல்லையா மாமா" என்று ஆச்சரியத்தோடும் பயத்தோடும் கேட்டாள் பூங்கொடி. சுப்பிரமணி மீண்டும் பலமாகச் சிரித்தான். "சிங்கொ... சிங்கொ..." என ஏதோ சொல்லவந்து பாதியில் நிறுத்தி சிரித்தான். பைத்தியமோ என்று கூட பூங்கொடிக்குத் தோன்றியது.

"சொல்லு மாமா... சிங்கம்னா பயமில்லியா" அவள் முந்தைய கேள்வியை மறந்து விட்டிருந்தது சண்முகத்துக்குச் சற்று ஆறுதலாயிருந்தது. அதை மேலும் மறக்கடிக்க இப்போதைய சிங்கக் கேள்வியின் நீள அகல ஆழங்களைப் பெரிதாக்க விரும்புபவனைப் போல "சிங்கம் மாமாவைக் கண்டா பீச்சிட்டு ஓடும்" என்று சொல்லிவிட்டு அவனும் பெரிதாக சிரித்தான்.

"அப்படின்னா மலமேலெ இருக்கற சிங்கத்தையும் வந்து தொரத்தி விடு மாமா" என்றாள் பூங்கொடி

"ஒங்க ஊருக்குள்ள புலி வந்தப்ப நீதானெ முன்னாலெ நின்னு முடுக்குனே. மருமக ஆசையா கேக்கறா... முடுக்கறதுக்கு எப்ப வர்றே சுப்பு"

“நீங்க வேறெ மச்சா எப்பப் பார்த்தாலும் இதையே சொல்லிச் சொல்லி எம்மானத்தெ வாங்கறீங்க” என்று தலையைக் குனிந்தவாறு சொன்னான் சுப்பிரமணி. மாமா, புலி விரட்டின கதையைக் கேட்க வேண்டும் என்ற ஆவல் பூங்கொடிக்கு அதிகமானது. “இன்னொரு நா சொல்றேன்” என்று சுப்பிரமணி மறுத்தும் பூங்கொடி நச்சரித்துக்கொண்டே இருக்க “பிள்ள ஆசையா கேக்குது. சொல்லேண்டா” என்று தேவாத்தா செல்லமாகக் கடிந்துகொள்ள அக்கா பேச்சைத் தட்டமுடியாமல் சுப்பிரமணி தான் ‘புலி விரட்டிய’ கதையைச் சொல்ல ஆரம்பித்தான்.

“அன்னிக்கு அமாவாசெ. மை பூசுன மாதிரி, கன்னங்கரேல்னு எதுக்காலெ வர்ற ஆளு தெரியாத இருட்டு. மாடுங்களோடெ கண்ணு மட்டும் பச்செ லைட்டு போட்டாப்பல மின்னுது. முள்ளாங் காட்டுலெ இருந்து வந்துச்சு அது... புலி..”

எல்.கே.ஜி. புத்தகத்தின் வழுவழு தாளில் உறங்கிய புலி, பளீரென மஞ்சள் பூசி கரிக்கோடு இழுத்துக்கொண்டு பூங்கொடியின் கண்களில் பாய்ந்து பரவி உலாவத் தொடங்கியது.

“மொத நாள் ஒரு மாட்டெ அடிச்சிருச்சு. சாயங்காலம் ஓட்டிட்டு வந்து பருத்திக் கொட்டை வைக்கும்போது பாத்தா செவலெ மாட்டெக் காணோம். எங்கடான்னு கவுண்டர் கேட்டதுக்கு, பேந்த பேந்த சின்னா முழிக்கறான்”

“ஓட்டிட்டு வரும் போதே ஒன் டூ த்ரீன்னு எண்ணிட்டு வந்திருக்கலாம்லெ மாமா” என்று பூங்கொடி கேட்க, சண்முகம் சுப்பிரமணியை பார்த்து லேசாக சிரித்தான். தனது கதையின் நம்பகத்தன்மை இவ்வளவு சீக்கிரம் கேள்விக்குள்ளாக்கப்படுவதை தவிர்க்க சுப்பிரமணி தீவிரமாக யோசிக்க ஆரம்பித்தான்.

“சின்னா உன்னை மாதிரி பள்ளிக்கோடத்துக்கெல்லாம் போனதேயில்லையா அதனாலெ அவனுக்கு எண்ணத் தெரியலெ”

“ஏன் அவன் ஸ்கூலுக்கு போலெ” தொடர்ந்து கேள்விகள் கேட்கப்படுவதை சுப்பிரமணி விரும்பாவிட்டாலும் தனது சாகசக் கதையை சந்தேகத்துக்கிடமில்லாமல் நகர்த்திச் செல்லும் ஒரு வகையான அவசியம் அவனுக்கு இருப்பதாகவே பட்டது. சண்முக மச்சான் தன் மேல் சுமத்திவிட்ட கையாலாகாத்தன அடையாளத்தை குறைந்தபட்சம் இந்தக் கதை மூலமாகவாவது துடைத்துப்போட்டு ஆறுதல் தேடிக்கொள்ள அவனுக்கும் 'புலி விரட்டிய கதை' இப்போது தேவையாகவே இருந்தது.

“தொண தொணன்னு கேட்டிட்டிருந்தியான்னா அப்புறம் சொல்ல மாட்டேன். பேசாமெ உம் கொட்டிட்டே வரணும் என்ன சரியா”

“உம்”

வண்டி தெக்குப்பாளையம் பிரிவு கடந்து வித்தியாலய திருப்பத்தில் வளைந்தது.. 'ப்பே' என்று ஒலியெழுப்பியபடி வரும் மேட்டுப்பாளையம் பேருந்துகளால் ஒரு கணம் காளைகளின் கண்களில் மிரட்சி தோன்றி மறைந்தது. காளைகள் மிரண்டு போகாமலிருக்க வண்டியைச் சற்று ஓரமாகவே ஓட்டினான் சண்முகம்.

“மாட்டு ருசி கண்ட புலி மூணாவது நாள் முள்ளாங்காட்டெ விட்டு ஊருக்குள்ள வந்திருச்சு. மேக்காலெ தடத்துல பொன்னரளி வேலியோரம் விடியக்காலெ கருக்கல்ல ஜலவாதிக்கு இருக்கும்போது அதப்பாத்த வேலனுக்கு அப்புறம் பஞ்சு வெச்சு அடைச்சும் நிக்கலெ. புலிக்கு பயந்துட்டு வீட்டுக்குள்ளாறயே கெடந்து வீட்டையே நாறடிச்சுட்டான்”

சொல்லிட்டு தனக்குத் தானே அதை ரசித்து பெரிதாகச் சிரித்தான்.

“ஜலவாதிக்குன்னா என்ன மாமா” என்று புரியாமல் கேட்டாள் பூங்கொடி.

“அப்படீன்னா டூ பாத்ரூம்” என்று சண்முகம் சொல்ல “அய்யய்யே... வீட்டுக்குள்ளாறவா...” என்று முகத்தைக் கோணலாக்கி அருவருப்பு காட்டினாள்.

“ஆனா.. அவம்பேரு வேலனில்லே... சுப்பிரமணி” சண்முகம் சொல்லிக் கொண்டே ஓரக்கண்ணால் சுப்பிரமணியைப் பார்க்க அவன் சங்கடமாக நெளிந்தான்.

“எந்தம்பின்னா உங்களுக்கு எப்பவுமே எளக்கனாட்டந்தா” என்றாள் தேவாத்தா.

“அடடா... வீரப்பரம்பரை உண்மையைச் சொன்னா ரோஷம் பொத்துகிட்டு வருதோ”

“அப்புறம் என்னாச்சு சீக்கிரம் சொல்லு மாமா”

“புலிக்கு பயந்துட்டு யாருமே வீட்டெ விட்டு வெளியெ வரலே. கவுண்டரோட வயக்காட்டு வேலையெல்லா அப்பிடி அப்பிடியே கெடக்குது. அதுக்குள்ளாறே ஒரு ஆட்டையும் வேறெ அடிச்சுப் போட்டிருச்சு. பாரஸ்டு ஆபீசருங்க கிட்ட புகார் கொடுக்கலாம்னு ரோசனை சொன்னாங்க. ‘ஊருக்குள்ள ஆம்பளைக எவனுமே இல்லையாடா’ன்னு கவுண்டருக்கு கோபம் வந்துருச்சி. விட்ருவமா...

அன்னிக்கு ராத்திரி எப்பிடியும் புலியெ புடிச்சுப் போடறதுன்னு தைரியமா எறங்கிட்டோம்"

பூங்கொடி தூங்கிக் கொண்டிருந்தாள். சுப்பிரமணியும் அவனது நண்பர்களும் 'ஆம்பளை'களாக உடம்பெல்லாம் கரி பூசியபடி கையில் தீப்பந்தத்துடன் இரவில் ஒவ்வொரு வீதியாக பதுங்கிப் பதுங்கிப் புலியைத் தேடிக்கொண்டிருந்த போதுதான் சீரான வேகத்துடன் போய்க்கொண்டிருந்த வண்டியின் ஆட்டத்தில் பூங்கொடிக்குத் தூக்கம் வந்திருந்தது.

கதையை பூங்கொடிக்கு பிடித்தவிதமாகச் சொல்லிக் கொண்டு செல்லப் பிரயத்தனப்பட்டுக் கொண்டிருந்த சுப்பிரமணிக்குச் சற்று நிம்மதியாக இருந்தது. கதையின் சுவாரசியக் குறைச்சலால் தூங்கிப் போனாளா என்ற சுயபச்சாதாபமும், இயற்கையாகவே இது அவள் தூங்கும் சமயம்தான் என்ற சமாதானமும் கூடவே எழுந்தது. எப்படியாயினும் ஒரு சம்பவத்தைத் திரித்துத் தன்மேல் பொய்யாக ஏற்றிச் சொல்லும் அவஸ்தையிலிருந்து மீண்டு தன் அரிச்சந்திரத் பிம்பத்தைக் காப்பாற்றிக் கொள்ள அவளது தூக்கம் உதவியதில் அவனுக்கு மட்டற்ற மகிழ்ச்சி இருந்தது.

வண்டியின் கடைசியில் படுத்திருந்த கருப்பு ஆடு திடீரென பலத்த குரலில் 'ம்ம்ம்மே...' என கத்தியது. செவிப்பறை கிழியும் மரணத்தின் சாயல் படிந்த அந்த ஓலத்தின் திடுக்கிடலில் பூங்கொடி தூக்கம் கலைந்து அழ ஆரம்பித்தாள். அழுகையினூடே அந்தக் கேள்வியை மறுபடியும் கேட்டாள்.

"அப்பா... டாலி இன்னைக்கு சாமி கிட்ட போயிடுமா"

அவள் குரலில் வெளிப்பட்ட இழைந்த தொனி டாலிக்குக் கேட்டிருக்குமோ என்ற எண்ணம் தோன்றும்படியாக அது மெல்லிய குரலில் கனைப்பதுபோல கத்தியது.

சண்முகம் 'ஆமாம்' என்று தலையாட்ட "சாமிகிட்ட போனா உன்னோட டாலி அப்புறம் காலி" என்று சொல்லிவிட்டு குலுங்கிக் குலுங்கிச் சிரித்தான் சுப்பிரமணி.

"சாமி கிட்ட போனா எப்ப திரும்பி வருமப்பா"

"திரும்பி வரும்... திரும்பி வரும்... கழுத்தை அறுத்துட்டா அப்புறம் திரும்பி வரும்"

"என்னப்பா மாமா இப்பிடி சொல்லுது... டாலியோட கழுத்தெ அறுத்துட்டா அது செத்துப் போயிடும். அப்புறம் எப்பிடி திரும்பி வரும்" லேசாக விசும்ப ஆரம்பித்தாள். பூங்கொடியை சமாதானம் செய்ய நம்பகமான விளக்கங்களை சண்முகம் தேடிக்

கொண்டிருந்தான். சுப்பிரமணியைப் பார்த்து கண்ஜாடையாக 'சும்மா இரு' என்றான்.

"சாமிகிட்ட விட்டுட்டா டாலி காட்டுக்குள்ளாற ஓடிடும். அப்புறம் சாமி எப்ப போகச் சொல்லுதோ அப்ப நம்ம வீட்டுக்கு வந்துடும்"

"காடு எங்க இருக்குது" அவள் குரலில் லேசான நம்பிக்கையின்மை தெரிந்தது.

"அந்த மலையடிவாரத்துல" மேற்குத் தொடர்ச்சி மலையைக் காட்டினான் சண்முகம்.

"அய்யய்யோ... மலெமேலெ இருக்கற சிங்கம் வந்து டாலியெ கொன்னு தின்னுரும்" என்று சொல்லி மறுபடியும் அழ ஆரம்பித்தாள்.

"அதுக்குத்தான் மாமா இருக்குதே. இன்னைக்கே வீட்டுக்கு வந்ததும் அந்த சிங்கத்தெ புடிச்சு கட்டி வெக்கச் சொல்லிர்லாம்"

வண்டி மத்தம்பாளையத்தை கடந்து கொண்டிருந்தது. சிங்கம் படுத்திருந்த மேற்குத் தொடர்ச்சி மலையின் அந்த உயரமான பகுதி மறைந்து உயரம் குறைந்த சற்று மட்டமான பகுதி முதலை படுத்திருப்பதைப் போல இருந்தது. சுப்பிரமணி அதை பூங்கொடிக்கு காட்டியபடி.

"புலி வெரட்டுன கதையைக் கேட்டவுடனே மலெமேலெ இருந்த சிங்கம் ஓடிடுச்சு பாரு" என்றான்.

பூங்கொடி அதை ஆச்சரியமாகப் பார்த்தாள்.

"அய்... சிங்கம் ஓடிடுச்சு... சிங்கம் ஓடிடுச்சு..."

சுப்பிரமணிக்கு தான் புலி விரட்டின கதை சுபமாக முடிந்ததில் இனம்புரியாத நிம்மதியும் கர்வமும் இருந்தது.

தலையை லேசாகத் தூக்கிய அந்த கருப்பு ஆடு - டாலி - மறுபடியும் திடுக்கிடும் ஓசையுடன் 'ம்ம்ம்மே...' என்ற கத்தியது, மயிர்க்கால்களில் உயிர்ச்சிலிர்ப்பை உண்டாக்கிச் சென்றது.

கோயில் புழுதிப் புகையாலும் கிடாய் வெட்ட வந்த பக்தர்களாலும் திணறிக் கிடந்தது. இடைவெளியில்லாமல் நிமிர்ந்து நிற்கும் சோளக்கதிர்களைப் போல நகரும் கருப்புக் கதிர்களாய் மனிதத் தலைகள் தெரிந்தன. மூங்கில் கம்புகளில் கட்டியிருந்த முடுக்குத்துறை ராஜா சவுண்ட் சர்வீஸின் புனல் வடிவ

ஒலிபெருக்கிகளில் இருந்து வந்த காவல் துறையினரின் எச்சரிக்கைகள் அறிவிப்புகள் மனிதர்களை ஓயாமல் நகரும்படி செய்து கொண்டிருந்தன. அறிவிப்புகளைத் தொடர்ந்து நூறாவது முறையாக அதே அம்மன் துதிப்பாடலை ஒலித்தது புனல்.

எங்கிருந்து பார்த்தாலும் தெரியும்படியாக இருந்தது பக்காசுரனின் சிலை. அம்மனுக்கு நேர் எதிர்புறம் கோயிலைவிட்டு சற்றுத் தள்ளி இருந்தது. கையில் பெரிய வீச்சரிவாளுடன் கண்களில் சிவப்பு தெறிக்க உட்கார்ந்திருந்தான் அவன். முன்னால் இருந்த மண் தரை ஆடுகளின் ரத்தத்தில் தோய்ந்து கருஞ்சிவப்பு சிமெண்ட் போட்டதுபோல இறுகிக் கிடந்தது.

ஒரே வீச்சில் தலை வேறு உடல் வேறாகப் போகும்படிக்கு சாணை தீட்டப்பட்ட நீளமான கொடுவாளை வைத்துக்கொண்டு அதைப் நுட்பமாகப் பிரயோகிக்கும் வித்தையில் தேர்ந்த மூவர் தங்கள் வேலையில் மும்முரமாய் இருந்தனர். கிடாய் வெட்டுவதை வேடிக்கை பார்க்க நின்று கொண்டிருந்த இளைஞர் கூட்டம் ஒவ்வொரு ஆட்டின் மூன்றாவது துளுக்குக்குப் பிறகும் 'லுலுலுலுலு....' என்ற குலவை போட்டபடி உற்சாகமாக இருந்தனர்.

சில ஆடுகள் தீர்த்தம் தெளித்தவுடன் உடலைச் சிலிர்த்து முதல் துலுக்கும் இரண்டாவது துளுக்கும் கொடுத்துவிட்டு மூன்றாவது துளுக்கு கொடுக்காமல் பொறுமையிழக்க வைத்தன. பூசாரி தீர்த்தம் தெளித்துத் தெளித்து நனைந்த அவைகளுக்கு குளிர் விட்டுப்போய் விரைத்தபடி நின்றுகொண்டிருந்தன. 'ஐஸ் தண்ணியெ தெளிங்கடா' எனச் சிலர் புன்சிரிப்புடன் யோசனை சொன்னார்கள். அதுபோன்ற தருணங்களில் ஆடு கொண்டு வந்த புருஷனும் பெஞ்சாதியும் கண்ணை மூடி 'ஆத்தா தெரியாமெ தப்பு ஏதுனாச்சும் செஞ்சிருந்தா பொறுத்துக்க தாயே' என்று பயபக்தியோடு கன்னத்தில் போட்டுக் கொண்டார்கள். அவர்கள் கண்ணை மூடி உருகும் நேரத்திற்காகக் காத்திருந்ததைப் போல மறுகணமே இளைஞர்களின் 'லுலுலுலு....' குலவையுடன் அந்த ஆட்டின் தலை தனியாய்ப் போய் விழுந்தது. கண் திறந்த அவர்கள் இருவரும் 'ஆத்தா.... மகமாயீ...' என்று சொல்லி தரையில் விழுந்து கும்பிட்டு விட்டு ஆட்டின் கழுத்தில் இருந்து பீறிடும் ரத்தத்தைத் தொட்டு பொட்டு வைத்துக் கொண்டார்கள்.

கோயில் நெரிசல் பூங்கொடிக்கு பயத்தைத் தந்தது.

இடையிடையே "டாலி எங்கம்மா" என்று கேட்டபடியே இருந்தாள். கோயிலை விட்டு வெளியே வந்ததும் 'தண்ணி' என்றாள். கோயில் படிகளில் இறங்கி வரும்போது பக்காசுரன் சிலையைப் பார்த்து "அய்யோ... அம்மா... பூதம்" என்று கத்திக் கொண்டே அம்மாவில் தோளில் முகத்தைப் புதைத்துக் கொண்டாள். அவள் கைகள் அம்மாவின் கழுத்தை இறுகப் பிடித்திருந்தது.

"அது பூதமில்லே சாமி... பக்காசுரன் சாமி"

"இல்லே நீ பொய் சொல்ற. அது பூதம் சாமின்னா அவ்வளவு ஒயரம் இருக்குமா"

சண்முகம் அருகில் வந்து பூங்கொடியை தட்டிக் கொடுத்தான். தேவாத்தாவைப் பார்த்து "கொளந்தெ பயந்துக்குவா. நீ போயி மண்டபத்துலெ உக்காந்துட்டிரு நாங்க வந்துடறோம்" என்றான்.

உடனே, "மண்டபத்துக்கு போலாம்மா" என்று நச்சரிக்க ஆரம்பித்தாள் பூங்கொடி. அவள் குரலில் அந்த இடத்தை விட்டு சீக்கிரம் அகன்று விட வேண்டும் என்ற அவசரம் தெரிந்தது. ஓரக்கண்ணால் பக்காசுரன் சிலையைப் பார்த்து மறுபடியும் அம்மாவின் தோளில் முகம் புதைத்துக் கொண்டாள்.

டாலிக்கு செண்டுமல்லியும் தங்கரளித்தழையும் வைத்துக் கட்டிய மாலை போட்டிருந்தது. சுப்பிரமணி அதை இழுத்துக் கொண்டு பக்காசுரன் சிலையை நோக்கிப் போனான். அது கூட்டத்தைக் கண்டு மிரண்டு பின்னுக்கு இழுத்தது.

மண்டபத்திற்குப் போனவுடன் "அம்மா தூக்கம் வருது" என்றாள் பூங்கொடி. தேவாத்தா மகளை மடியில் போட்டு தட்டிக் கொடுத்தாள். கண்கள் கிறங்க பூங்கொடி தூங்க ஆரம்பித்தாள்.

குண்டும் குழியுமான ஒழுங்கற்ற ஒரு மெத்தையின் தோற்றத்துடன் மேகம் மிதந்து கொண்டிருந்தது. இருபுறமும் உயர்ந்து தலையணை போல இருந்தது. கிளிகள் மயில்கள் உட்பட்ட பறவையினங்கள் மேகங்களினூடே பறந்து நிலவை நோக்கிச் சென்று கொண்டிருந்தன.

மெத்தையின் ஒரு பக்கம் பூங்கொடி சாய்ந்து உட்கார்ந்திருந்தாள். அவள் மடியில் முயல் குட்டிகள் விளையாடிக் கொண்டிருந்தன. விமானம் ஒன்று அவளுக்குச் சற்று கீழாகப் பறந்து சென்றது. அதில் பயணம் செய்தவர்கள் பூங்கொடிக்கு டாட்டா காட்டிச்

சென்றார்கள்.

மறுபக்கத்தில் டாலி படுத்திருந்தது. தொப்பியும் கருப்புக் கண்ணாடியும் அணிந்திருந்தது. அந்தக் கண்ணாடியில் பூங்கொடியின் உருவம் பிரதிபலித்தது. பூங்கொடி டாலிக்கு மிக அருகில் வந்து கண்ணாடியைப் பார்த்தாள். அதில் தெரியும் தன் முகத்தைப் பார்த்து "அய்... உன்னோட கண்ணுக்குள்ளே நான் இருக்கறேன்" என்று குதூகலித்தாள். டாலி கண்ணாடியைக் கழற்றி பூங்கொடிக்கு போட்டு அதில் தன் முகத்தைப் பார்த்து சந்தோசக் கூத்தாடியது.

"டாலி நாளைல இருந்து நா ஸ்கூலுக்குப் போகனும்"

"அதுக்கு ஏன் இப்பிடி சோகமா இருக்கறே"

"உன்னை விட்டுட்டு நான் மட்டும் எப்படி போவேன். நீயும் எங்கூட வர்றியா"

"சரி" என்றது டாலி.

பிரம்மாண்டமான குடை போல் விரிந்த மரத்தின் மேல் பள்ளிக்கூடம் இருந்தது. மரத்தில் விதவிதமான நிறங்களில் பூக்கள் சிரித்தன. புத்தகத்தில் படம் போட்டிருந்த எல்லாப் பறவைகளும் எந்த இசைக்கருவிக்கும் அகப்படாத திவ்யமதுரமானதொரு ராகத்தை இசைத்துக் கொண்டிருந்தன.

விறைப்பான குட்டைப் பாவாடையும் சட்டையும் அணிந்திருந்தாள் எமிலி மிஸ் தலையை பாப் கட் செய்திருந்தாள். எமிலி மிஸ்ஸைப் பார்க்கும்போது காரமடை தேர்த்திருவிழாவில் வாங்கி வந்த பொம்மையின் நினைவு வந்தது. அப்படியே ரோஸ்நிற தேர் மிட்டாயும் வெள்ளை நிற சிகரெட் மிட்டாயும் ஞாபகத்திற்கு வந்து பூங்கொடிக்கு நாக்கில் நீர் ஊற வைத்தது. 'பாபா பிளாக்ஷீப்' சொல்லிக் கொடுத்துக் கொண்டிருந்தாள் எமிலி மிஸ்.

"ஆட்டுக்குட்டியெ எல்லாம் ஸ்கூலுக்கு கூட்டிவரக் கூடாது" என்று மேசையைத் தட்டியபடி சொன்னாள். அவள் கையில் பூச்சரம் சுற்றிய பிரம்பு இருந்தது. "ப்ளீஸ் மிஸ்" என்றாள் பூங்கொடி. அவளது வார்த்தைக்குக் கட்டுண்டது போல மிதந்து வந்தாள் எமிலி. கையிலிருந்த மயிலிறகால் மிக மிருதுவாக பூங்கொடியின் கன்னத்தை வருடினாள். அம்மாவின் ஞாபகம் வந்தது பூங்கொடிக்கு. கண்களில் லேசாக நீர் துளிர்த்து கன்னங்களில் வழிந்தது.

"ஏன் அழறே பூங்கொடி"

“என்னோட டாலி இன்னும் கொஞ்ச நாள்லெ சாமிகிட்ட போயிடும். அப்பா சொன்னாங்க மிஸ்..”

“அப்படியெல்லாம் போகாது அழாதே”

“இல்ல மிஸ் அப்படித்தான். நான் பொறந்தா டாலியெ சாமிக்கு கொடுக்கறதா அம்மாவும் அப்பாவும் வேண்டிட்டாங்களாம் மிஸ். சாமிகிட்ட போயிட்டா அப்புறம் டாலி திரும்பியே வராதா மிஸ்” பூங்கொடி விசும்பினாள். அதைப் பார்த்த டாலியும் கண்ணீர் விட்டது.

“நான் சாமிகிட்ட இருந்து சீக்கிரமே வந்துடுவேன். அழாத பூங்கொடி”

டாலி பூங்கொடியின் கண்ணீரைத் துடைத்து விட்டது.

புறா பறந்து வந்து எமிலியின் தோளில் அமர்ந்தது. “வாங்க, வாங்க” என்று புறா கூப்பிட கிளிக்கூட்டம் பறந்துகொண்டே “டோன்ட் க்ரை பேபி... டோன்ட் க்ரை மை பேபி...” என்று ராகத்தோடு பாடின.

பூங்கொடியைத் தன்னோடு அணைத்துக்கொண்ட எமிலி மிஸ் “நம்மையெல்லாம் இந்த பூமிக்கு அனுப்பினது கடவுள்தான். நம்மையெல்லாம் எந்தத் தீங்கும் வராமெ பாதுகாப்பவரும் அவர்தான். அவர் அன்பைத் தவிர நம்மிடமிருந்து எதையும் எதிர்பார்க்க மாட்டார். டாலியை நிச்சயம் உனக்கே திருப்பிக் கொடுப்பார்” என்றாள். எமிலியின் அரவணைப்பு பூங்கொடிக்கு ஆறுதலாக இருந்தது. சிரித்தாள். நட்சத்திரங்கள் சிரித்தன. பூக்கள், பழங்கள், பறவைகள் சிரித்தன. பேன் பார்த்துக் கொண்டிருந்த குரங்கு கை கொட்டிச் சிரித்தது. மயில் அழகாக நடனமாடியது.

மலைப்பாம்பு ஒன்று மெதுவாக சப்தம் செய்யாமல் மரத்தில் இருந்து இறங்கியது. கிளையில் தொங்கியபடி வாயை அகலத்திறந்து டாலியின் தலையைக் கவ்வியது. டாலி கால்களை உதைத்துக் கொண்டு திமிறியது. சிறிதுநேரத்தில் டாலியின் கால்கள் ஓய்ந்து தொங்கியது. பாம்பின் வாயிலிருந்து ரத்தம் கொட்டிக் கொண்டிருந்தது.

பூங்கொடி வினோதமான சப்தம் எழுப்பியபடி எழுந்து உட்கார்ந்தாள். அவள் உடம்பு நடுங்கிக் கொண்டிருந்தது. பாவாடை நனைந்து தரையெங்கும் சிறுநீர் பரவியிருந்தது. பீதியில் கண்கள் வெளியே விழுந்து விடுவதைப் போல துருத்திக் கொள்டு

நின்றது. உடம்பெல்லாம் வியர்த்து நனைந்திருந்தது.

"பா... பா...பாம்பு.... டாலி..." திக்கித் திக்கி வார்த்தைகள் வந்தன.

சாப்பாடு பரிமாறிக் கொண்டிருந்த சண்முகம் அன்னக்கூடையை வைத்துவிட்டு அவசரமாக வந்தான். இருபது முப்பது பேர் தரையில் உட்கார்ந்து சாப்பிட்டுக் கொண்டிருந்தனர். 'தலக்கறி கொஞ்சம் உண்டுன்னு போடு மாப்ளே' என்று ஒருவர் சுப்பிரமணியை பார்த்து கையசைத்தார். அவரது கண்கள் ஒயின் போல சிவந்திருந்தது.

"என்னடா கண்ணு... என்னாச்சு" என்றவனிடம் பாய்ந்து இடுப்பில் தொற்றிக்கொண்டு "டாலியெ... டாலியெ... பாம்பு முழுங்கிடுச்சு அப்பா... டாலி செத்துப்போச்சு... டாலி செத்துப்போச்சு..."

இதற்குமுன் இதுபோன்றதொரு அழுகையையும் நடுக்கத்தையும் சணமுகம் அவளிடம் கண்டதில்லையாதலால் அவனுக்கும் சற்று பதற்றமாகவே இருந்தது.

"இல்லெ கண்ணு... டாலி சாகலே..."

"இல்லே... டாலியெ பாம்பு முழுங்கிடுச்சு... டாலி செத்துப் போச்சு..."

"இல்லெ... நாந்தானெ டாலியெ சாமிகிட்ட விட்டுட்டு வந்தேன். அது பத்திரமா சாமி கிட்ட இருக்குது. நீ அழாதே. இங்கபாரு சாமிகிட்ட இருந்து விபூதி வாங்கிட்டு வந்திருக்கேன். நெத்தியிலெ வச்சு விடட்டுமா. அழக்கூடாது. என்ன?"

பூங்கொடி சற்று சமாதானமடைந்தவளாக "டாலி எப்பப்பா எங்கிட்ட திரும்பி வரும்" என்றாள்.

இதைக் கேட்ட சுப்பிரமணிக்கு அடக்கமுடியாத சிரிப்பு வந்தது. அவனுடன் சேர்ந்து மற்றவர்களும் சிரித்தனர். சிரித்தபடியே, "உன்னோட டாலியெ வந்து பாரு இந்த பக்கெட்டுக்குள்ளாற இருக்குது" என்றான்.

ஓடிச் சென்று பக்கெட்டை எட்டிப் பார்த்த பூங்கொடி, "அய்யே... இது கொளம்பு" என்றாள்.

சண்முகம் சற்று கோபமாக சுப்பிரமணியைப் பார்த்து "கொஞ்சம் பேசாமெ இருக்கறயா சுப்பு" என்றான்.

"பசிக்குது அம்மா" என்றாள் பூங்கொடி.

இரும்புக் கம்பியில் வரிசையாகக் கத்தி தீயில் சுடப்பட்ட ஆட்டு ஈரல் துண்டுகளை எடுத்து வந்து கொடுத்தான் சண்முகம். கருஞ்சிவப்பாக மாவுப் பதத்தில் அதிகக் காரமில்லாமல் இருந்த

ஈரல்கறி பூங்கொடிக்கு மிகவும் பிடித்திருந்ததது. "கறி எல்லாம் இங்க யாரம்மா செஞ்சாங்க. இது யாரோட வீடு" என்று மென்றபடி கேட்டாள் பூங்கொடி.

மண்டபத்திலிருந்து திரும்பும் வழியில் கோயிலைப் பார்த்ததும் வண்டியிலிருந்து எழுந்து நின்ற பூங்கொடி "டாலியெ சீக்கிரம் எங்கிட்ட கொடுக்கச் சொல்லி சாமி கும்பிட்டுட்டு வரட்டுமா" என்றாள்.

"கறி சாப்பிட்டுட்டு கோயிலுக்கு எல்லாம் போகக் கூடாது" என்று சொல்லி அவளை உட்கார வைத்த அம்மாவிடம், "கறி சாப்பிட்டா ஏன் கோயிலுக்கு போகக்கூடாது" என்று கேட்டாள் பூங்கொடி.

மறுநாள் காலை பள்ளிக்குப் புறப்படுவதற்கு முன்பாக மேற்குத்தொடர்ச்சி மலை உச்சியைப் பார்த்த பூங்கொடி, "அம்மா... நேத்து மாமா துரத்திவிட்ட சிங்கம் மறுபடியும் வந்துருச்சு, டாலியெ புடிச்சு தின்னுரும்" என்றாள் பயத்துடனும் அழுகையுடனும்.

(தீம்தரிகிட, ஜூன் 2003. 'இலக்கியச் சிந்தனை'யால் மாதத்தின் சிறந்த கதையாக தேர்வு பெற்றது)

மறு வாசிப்பு

மின் மயானத்தின் கருப்பு கேட்டுக்கு வெளியே நின்றிருந்த யாரையும் எனக்கு அடையாளம் தெரியவில்லை. வலியச் சென்று யாரிடமாவது சிறு புன்னகையுடன் ஏதாவதொரு நுனியைப்பற்றி பேச்சுத்துணை கொள்ளலாமென்றால் புன்னகைக்கும் இச்சூழலுக்குமான ஒவ்வாமை கருதி அந்நினைப்பையும் உதற வேண்டியதாயிற்று.

வாடிய முகமும் உற்சாகமிழந்த தோற்றமும் ஆர்ப்பாட்டமில்லாத உடையும் (வெள்ளை உத்தமம், பச்சை மத்திமம், மஞ்சள் அதர்மம்) இங்கு அணிந்துகொள்ள வேண்டிய கவசங்கள். என்னை நான் அதற்குள் திணித்துக்கொண்ட போதிலும் அவ்வப்போது அது கழன்று கொள்ளவும் செய்தது.

காவலாளி கேட்டைத் திறந்ததும் உள்ளே நுழைந்தேன். மஞ்சள் பூப்பூத்த கொன்றை மரங்களும், பூக்கள் அடர்ந்த செம்பருத்திச் செடிகளும் நிறைந்திருந்தன. அளவாக வளர்ந்திருந்த வேப்ப மரங்கள் சித்திரைக் காலையின் தகிப்பை உள்வாங்கி சுற்றத்தையும் நட்பையும் குளிர்வித்துக் கொண்டிருந்தன. அகன்று விரிந்திருந்த புல்தரையில் ஆங்காங்கே தென்பட்ட சிறு சிறு குன்றுகள் பசிய மலைச்சிகரங்களின் மினியேச்சரெனத் தோற்றம் கொண்டிருந்தன.

அதில் சிற்றோடை ஒன்றும், மூங்கில் பாலமும், குளமும் குளத்தில் நிஜ மீன்களும், அதன் கரையில் உறைந்த இரண்டு கான்கிரீட் கொக்குகளும் இருந்தன. நிஜக் கொக்குகள் வந்தால் மீன்கள் எப்படித் தப்பிக்கும் எனத் தோன்றியது. கனி மரங்கள் ஏதுமில்லாததால் அணில்கள் தென்படவில்லை. மனிதன் குரங்கின் பரிணாம வளர்ச்சியென அறிந்துகொண்ட பின் பொது இடங்களில் கனி மரங்கள் வளர்வதில்லை.

நெருஞ்சி முள்ளும், டில்லி முள்ளும், புதர்களும் மண்டிக்கிடக்கும் எங்கள் ஊர் சுடுகாட்டுக்கும் இந்த மின் மயானத்துக்குமான ஒப்பீடுகள் இயல்பாகவே எழுந்தது. இது ஒரு நந்தவனத்தின் தோற்றத்துடன் சுடுகாட்டு அச்சுறுத்தல்கள் இல்லாமல் அமைதியாக, மௌனமாக இருந்தது. நீந்தும் மீன்களும் கருவாடும் உவமைகளாக வந்தன.

இருந்த பத்துப் பதினைந்து பேரும் - இப்பொழுது இன்னும்கூட சிலர் வந்திருந்தனர் - குசுகுசுவென சத்தம் வெளியே கேட்காதபடி கதைத்துக் கொண்டிருந்தனர். இவர்களிலும் எனக்கு ஒருவரைக்கூட அடையாளம் தெரியவில்லை என்பது ஒரு தனிமை உணர்வை தோற்றுவித்தது. அப்பா இறந்தபோது உண்டான அதே தனிமை உணர்வு. அப்பாவுக்கு இவர்களையெல்லாம் தெரிந்திருக்கும். இப்பொழுது கூட இன்னார் மகன் என்று அறிமுகப்படுத்திக் கொண்டால் தெரிந்துகொள்வார்கள் எனத்தோன்றினாலும் ஏதோவொரு தயக்கம் என்னைப் பிடித்து நிறுத்தியது.

சிலர் மின் மயானத்தின் விதிமுறைகளையும் கட்டண விபரங்களையும் படித்துக் கொண்டிருந்தனர். தமிழிலும் ஆங்கிலத்திலும் பெரிய எழுத்துகளில் இருந்ததை நானும் படித்தேன். இது எனக்கு ஒரு நேரங்கடத்தியாக இருந்தது. தவிரவும், தமிழையும் ஆங்கிலத்தையும் ஒப்பிட்டு வாசித்து எனக்கிருந்த ஆங்கிலச் சிற்றறிவை சரிபார்த்துக் கொள்ளும் அகராதியாகவும் தோற்றம் பெற்றிருந்தது அப்பலகை. பத்தாவதில் ஆங்கிலத்தில் முப்பத்தைந்து மார்க் வாங்கித் தப்பித்திருந்தது எனக்கு அதன் மீது ஓர் ஈர்ப்பையும் பயத்தையும் உண்டாக்கியிருந்தது.

சிறுவயதிலிருந்தே சுடுகாடு என்பதற்குப் பெரிதும் அச்சமூட்டும் ஒரு சித்திரம் என்னுள் பதிந்துவிட்டிருந்தது. அச்சித்திரம் பலமுறை என்னை நடுராத்திரியில் எழுப்பி உட்கார வைத்திருக்கிறது.

பழனியம்மாள் மகள் ஜெயலட்சுமி பதின்ம வயது துவங்குவதற்கு முந்தின ஆண்டில் இறந்துவிட்டாள் (நான் நடுநிலைப்பள்ளிக்கு

சைக்கிளோட்டிக் கொண்டிருந்தபோது). ஏதோ சீக்கு. என்னுடன் விளையாடுவதில் விருப்பமுள்ளவள். ஜன்னலிலிருந்து பார்த்தபோது பவர்ஹவுஸ் மேட்டில் அவளைத் தொட்டில் கட்டி இரண்டு பேர் தோளில் சுமந்து போனது தெரிந்தது. அன்றிரவுதான் முதன்முதலில் என்னை சுடுகாட்டுப் பயம் பிடித்திருக்கும் எனத் தோன்றுகிறது. அற்ப ஆயுசில் போனவர்கள் அவர்களுக்குப் பிடித்தவர்களைப் பிடித்துக் கொள்வார்களெனச் சொல்லி அம்மா என்னை எழவு வீட்டுப் பக்கம் வர வேண்டாம் என்று கூறி விட்டார். அன்றிரவு நான் தூக்கத்தில் பிதற்றியதாக காலையில் அம்மா சொன்னார். அரைடிராயர் நனைந்திருந்ததை நான் அம்மாவுக்குக் காட்டவில்லை. உடம்பு லேசாகக் கனகனத்தது. அன்று பள்ளிக் கூடத்துக்குப் போகவில்லை. ஜெயலட்சுமிக்கு நான் பிடித்தமா னவனா என்கிற கேள்வி பல நாட்கள் என்னைப் பயமுறுத்தியபடியே இருந்தது. 'எனக்கு ஜெயலட்சுமியைப் பிடிக்காது... பிடிக்காது... பிடிக்காது... அவளுடன் சேர்ந்து ஒருநாளும் நான் விளையாடவே இல்லை.. இல்லை... இல்லை...' என்று மீண்டும் மீண்டும் எனக்குள் சொல்லிக் கொண்டேயிருந்தேன். என்னை அவள் பேயாக வந்து பிடிக்கவில்லை என்பது ஒருபுறம் ஆறுதலாக இருந்தாலும், மறுபுறம் என்னை அவளுக்கு ஏன் பிடிக்கவில்லை என்று பெருத்த ஏமாற்றமாகவும் தோன்றியது.

ஊருக்குள் சாவு விழுந்துவிட்டால் - அதுவும் ராப்பொணமாக விழுந்துவிட்டால் - இன்று இரவு சுடுகாட்டுப் பயம் பாடாய்ப் படுத்தும். இந்த சமயங்களில் 'ஒன்னுக்கு' வந்தாலும் கதவைத் திறந்து வெளியே வரப்பயந்து அம்மாவை எழுப்பவும் நா எழாமல் விடியக்காலை நாலு மணிக்கு பால்கார அம்மாசையின் சைக்கிள் மணி கேட்கும் வரை அடக்கி வைத்து அவஸ்தைப் பட்டது நினைவுக்கு வந்தது. அம்மாவிடம் சொன்னதற்கு 'வெளக்குமாத்தை தலகாணிக்க அடியிலெ வெச்சுப் படுத்துக்கோ' என்றார்.

பிற்பாடு என் அத்துணை சுடுகாட்டுப் பயங்களையும், கற்பனைகளையும், பேடித்தனங்களையும் ஒன்றுமில்லாமல் செய்தது இந்த மின் மயானம்தான். கோயிலைப் போன்ற சூழல், வெட்டிப்போட்ட குழியிலிருந்து பல்லிளித்துப் பயமுறுத்தும் மண்டையோடுகளோ, எலும்புத் துண்டுகளோ இல்லா இடம். அப்பாவைக்கூட இங்கே கொண்டு வந்திருக்கலாமோ என்ற எண்ணம் அவர் இறந்து ஐந்து வருசங்களுக்குப் பிறகு இப்பொழுது தோன்றியது.

தெக்குப்பாளையம், நகரிலிருந்து இருபது கிலோமீட்டர் தள்ளி இருந்த கிராமம். நாங்கள் இருந்ததும் அப்பா இறந்ததும் இங்குதான். ஊரின் தென்கோடியில் மேட்டுப்பாளையம் பிரதான சாலையின் ஓரத்தில் தனிப்பட்ட விஸ்தாரமான இடமாக இல்லாமல் சிறு பள்ளத்தின் ஓரத்தில் போனால் போகிறது என்கிற விதமாக ஒட்டிக் கொண்டிருந்தது சுடுகாடு. தோட்டத்திற்கு வண்டல் எடுக்க இந்த கோனப்பள்ளத்தில் வழியாகத்தான் போக வேண்டும். பால்யத்தில் வண்டியோட்டி மாறன் இருக்கும் தைரியத்தில் பயமில்லாமல் சுடுகாட்டில் குறுக்குமறுக்காக ஓடுவேன். 'முள்ளு கிள்ளு கால்லெ குத்தீறப் போகுது சாமீ...' என்று மாறன் பதைபதைப்பான்.

அப்பாவை குழிமேட்டில் வைக்கும் முன் பலரது கால்களை முற்கள் பதம் பார்த்து விட்டன. ரப்பர் செருப்பையும் துளைக்கும் வலிமையுடையவை அவை. முட்களுக்குப் பயந்து பலரும் மேட்டுப்பாளையம் மெயின் ரோட்டிலேயே நின்று விட்டனர்.

'ஏன்டா மாறா... முள்ளையெல்லாம் வெட்டியிருக்கலாம்ல்டா' என்றார் பெரிய மாமா, கொஞ்சம் அதட்டலான தொனியில். பெரிய மாமா கடாமீசை வைத்திருந்தாலும் அவர் முகத்தில் எப்பொழுதும் குழந்தைமை தவழ்ந்துகொண்டிருப்பதாகவே தோன்றும். அப்பாவின் உடலுக்கு கோடித்துணி போடும்போது பெரியமாமா பாடிய ஒப்பாரி அத்தனை பேரையும் கலங்க வைத்து விட்டது.

'இருட்டுல செரியா தெரீலிங்க சாமி'

மாறன் குரலில் அவன் கண்கள் கலங்கியிருப்பது தெரிந்தது. நான் மாறனைக் கண்ணோடு கண் பார்ப்பதைத் தவிர்த்து செடிகளையும் தோண்டிய குழியையும் பார்த்து வேகமாக இமைத்துக் குறைந்த நொடிவெளியில் இமைக்குள் ஊறிய கண்ணீரைத் திரும்பவும் உள்ளுக்குள்ளேயே தள்ளும் முயற்சியில் தோற்றுக் கொண்டிருந்தேன்.

அப்பா இறந்ததும் பள்ளிக்குச் செல்லும் தம்பியையும் தங்கையையும் காட்டி என்னுடைய பொறுப்பு எனக்கு போதிக்கப்பட்டிருந்ததால் திடமானதொரு பாவனையை கைக்கொள்ள வேண்டிய கட்டாயத்தில் தள்ளப்பட்டிருந்தேன்.

'நீயே இப்படி அழுதுட்டு இருந்தியானா சின்னஞ்சிறுசுகளுக்கு பயமாய் போயிடாதா. கொஞ்சம் அடக்கிக்க. நாமளும்தான் எவ்வளவோ பாத்தோம். காப்பாத்த முடியலயே. நமக்குக் கொடுத்து வச்சது அவ்வளவுதான் தைரியமா இரு'

மாமா சொன்னதை இப்பொழுது நினைத்தாலும் வேதனைதான். கதறி அழ வேண்டிய வேளையில் அடக்கி வைப்பதும்... இப்பொழுது முகம் தெரியாத ஒருவருக்காக வலிய வரவழைத்துக் கொண்ட துக்கத்துடன் இந்த மின் மயானத்தில் காத்துக் கிடப்பதும்... இரண்டுக்குமான முரண்களும்...

என்னதான் விலகி விலகி நின்றாலும் மாறன் என்னைத் தேடி வந்து என் கால்களைக் கட்டிக் கொண்டு, 'சாமீ... பெரிய கவுண்டரு போயிட்டாங்களே... சாமீ' எனக் குலுங்கியதும் என்னாலும் கட்டுப்படுத்த முடியாமல் போய் விட்டது. மாறன் தலையை வேகமாக தரையில் மோதிக் கொண்டு அழுததும் நான் தோளில் இருந்த துண்டில் வாய் பொத்திக் குலுங்கினேன். அவனை வாரியெடுத்து அணைத்துக் கதற வேண்டும் போலிருந்தது. அப்பாவின் இழப்பையும் மீறி அவனை கட்டியணைக்க நினைத்தும் முடியாமல் போனதை எண்ணிப் பெரிதும் குறுகிப் போனேன்.

விபரம் புரியாத வயதில் அப்பாவுடன் ஊருக்குள் போகும் போதெல்லாம் எதிரே வரும் மாறனும் அவன் சாதிக்காரர்களும் சடக்கென காலில் இருக்கும் செருப்பைக் கையில் தூக்கிக் கொண்டு சற்றுக் குறுகிய நடையில் 'கும்புடறனுங்க சாமி' என்று போகும் போது எனக்குப் பெருமையாக இருக்கும். அதே விவரம் தெரிந்த பிறகு அப்பாவுடன் சேர்ந்து ஊருக்குள் செல்வதை முடிந்த அளவு தவிர்த்து வந்தேன்.

மின் மயானத்தில் எல்லோரும் கூட்டம் கூட்டமாகப் பேசிக் கொண்டிருக்க நான் மட்டும் தனித்து விடப்பட்டவனாக உணர்ந்தேன்.

"பாடி எப்ப சார் வரும்"

"இன்னும் அரைமணி நேரத்துல வந்துடும்"

வந்திடுவார் என்பது அஃறிணையாக மாறிப் போனது. பிணம் என்ற சொல்லைக் காட்டிலும் பாடி என்பது கொஞ்சம் நாகரிகமாகப் பட்டது. நாகரிகம் என்பதை விட சம்பந்தப்பட்டவரை அவமதிக்காதவிதமாகத் தெரிந்தது. பாடி என்பதை உடல் என்பதாக மொழிபெயர்த்துக் கொள்ள வசதியாயிருந்ததும் ஒரு காரணமாயிருக்கலாம்.

உயிர் போனால் பிணமா? அப்படியானால் பெயர் எதற்கு? உடலுக்கா, உயிருக்கா? உடலோடு பெயரும் இறந்து விடுமா? பெயர் சொன்னால் நினைவுக்கு வருவது மனம் தானே, உடல் தானே. உடலுக்கென்றால் இறந்த பின் சண்முகம் சண்முகம் தானே.

பெயரைத் தீயிட்டுப் பொசுக்க முடியுமா? உடலை வைத்துக் காப்பாற்ற முடியுமா?

இன்றுகூட 'பெரியபொன்னான் பையனா நீ? பெரியவனா, சின்னவனா?' என்று அப்பாவை முன்னிருத்தி நான் அடையாளம் காணப்படும்போது அன்று எரிந்தது அப்பாவின் உடல்தான் அப்பாவல்ல என்பது புரிகிறது. அப்பாவை அரூபமாகக் கேட்கிறபோது மனசு கனத்துப் போகிற அந்த நிமிஷங்களைத் தாண்டி அன்று முழுவதும் என்னால் சகஜமாக இருக்க முடிந்ததில்லை.

இதோ... இன்று இறந்தவரை நான் நேரில் பார்த்ததில்லை. மரியாதை நிமித்தம் ஆஜராக வேண்டிய கடமை இது. உருமாண்டம்பாளையம் பெரியப்பாவின் சகலையின் தம்பி என்பது மட்டுமே எனக்குத் தெரிந்தது. இனி உறவு முறைகளை ஞாபகம் வைத்துக் கொள்ளப் பழக வேண்டும் என்று நினைத்துக் கொண்டேன். உறவினரை சந்திக்கும்போது அவரை நான் என்ன முறை சொல்லிக் கூப்பிட வேண்டும் என்று தெரியாத சிக்கல் கொஞ்ச நாட்களாக அதிகரித்து வருகிறது. அப்பா இறந்த பிறகுதான் இது தோன்றியிருக்க வேண்டும். தெரியாத சமயங்களில் '...ங்க' விகுதியாலேயே சமாளித்துக் கொண்டு வருகிறேன்.

அப்பா இருந்தால் இதையெல்லாம் பார்த்துக் கொள்வார். கணபதியில் வீடு என்கிற மொட்டை விலாசம் தான் அம்மாவுக்குத் தெரிந்தது. மணியந்தோட்டம் என்கிற விவசாயப் பெயரின் தொப்பூள்கொடி பத்து பதினைந்து தென்னை மரங்கள், ஒரு கிணற்றுடன் எங்காவது ஜீவித்துக் கொண்டிருக்கலாம். முட்டுக்கல் விவசாயத்தில் - கௌரவமாக ரியல் எஸ்டேட் - தார்ச்சாலைகள் முளைத்து வீதிகளாய்ச் செழித்து வீடுகளாய்ப் படர்ந்து மொட்டை மாடியின் தொட்டிச் செடிகளில் பூக்களாய்ப் பூத்திருந்ததில் மணியந்தோட்டம் இருந்த இடத்தைத் தேடுவது வீண் வேலை. வீதிப் பெயரும் கதவு எண்ணும் மணியந்தோட்டத்திற்குக் கிடையாது. எண்களால் அடையாளம் காண்கிற சமூகத்தில் பெயரின் தேவை குறைந்து போவதில் ஆச்சரியமொன்றுமில்லை. நேற்று ஒருவருடன் பேசிவிட்டு விடைபெறுகையில் 'உங்க நம்பர் சொல்லுங்கள்' என்றார். அவர் கேட்டது என் கைப்பேசி எண் (நான் எந்த செல்லில் இருக்கிறேன்).

மணியந்தோட்டத்தை கண்டுபிடிக்க முடியாததால் நேராக மின் மயானத்திற்கு வந்தாயிற்று. இன்னும் 'பாடி' வரவில்லை.

பசி வயிற்றையே சாப்பிட்டுவிடும் போலிருந்தது. டீயோ பன்னோ வேண்டுமென்றால் ராமகிருஷ்ணாவிற்குப் பக்கத்தில் போனால்தான் உண்டு. அதற்குள் பாடி வந்து விட்டால்?

அப்போதும் இப்படித்தான். சூரியன் விழுந்து ஏழரை மணிக்கெல்லாம் டாக்டர் என் தோளைத் தட்டிச் சொன்னார். பரபரவென்று சதா ஓடிக்கொண்டிருக்கும் நர்ஸ் விமலா மிகுந்த நிதானத்துடன் அப்பாவிடமிருந்து ஆக்சிஜன் குழாய்களை அப்புறப்படுத்திக் கொண்டிருந்தாள். அவளது நிதானம் இறந்தவருக்கான முதல் மரியாதையை அவள் செலுத்துவதாகப் பட்டது. ஒரு வாரத்துக்கு முன்னிருந்து அவளை ரசித்துக் கொண்டிருந்த காட்சி சட்டென மாறி அவள் மீதிருந்த மரியாதை உச்சத்துக்குப் போனது. அன்று காலையிலிருந்தே உயிருக்குப் போராடிக் கொண்டிருந்தவரைப் பார்க்கப் பார்க்க ஒன்றும் சாப்பிடத் தோன்றாமல் இருந்துவிட்டதில் பசி பாடாய்ப் படுத்தியது. போராடிக் கொண்டிருந்தார் என்பது உண்மையல்ல. உணர்வுகளும் நினைவுகளும் இழந்தவருக்குப் போராட்டம் எப்படித் தெரிந்திருக்க முடியும். போராட்டம் எங்களுக்குத்தான்.

ஆம்புலன்ஸ் பிடித்து ஆஸ்பத்திரி பில்லை நேர் செய்வதற்குள் பசி உச்சத்துக்குப் போய்விட்டது. பசி மயக்கத்தில் அத்தையின் கேள்வி வேறு மனதுக்குள் சுழன்று சுழன்று வேதனைப்படுத்தியது.

'அப்பாவை என்ன செய்யப் போகிறாய் (அல்லது போகிறோம்)'. கால்கள் சில்லிட்டு விட்டதும் பெரியதோட்டத்து அத்தை கேட்டார்.

'இன்னும் ஒரு மணி நேரம் தாங்கறதே கஷ்டம். இப்பவே எல்லா ஏற்பாடுகளும் செய்யச் சொல்லு. சீர்மொறை செஞ்சு எடுக்கலாமா? இல்ல மஞ்சத் தண்ணிய தெளிச்சு எடுத்தறலாமா, எதுக்கும் அம்மாவையும் ஒரு வார்த்தை கேட்டுக்க'

சற்று கோபமாக வந்தாலும் இனம்பிரிக்க முடியாததொரு வெறுமையும் என்னுள் இருந்ததால் பேச முடியவில்லை. 'எரிக்கலாமா, புதைக்கலாமா' என்றாரு துணைக் கேள்வியும் வைக்கப்பட்டபோது நான் நொறுங்கிப் போனேன். டாக்டர் தோளைத் தொட்ட அந்த வினாடியில் நான் பூஜ்ய நிலைக்குப் போய்விட்டிருந்தேன். ஆம், இல்லை, சரி, வேண்டாம் என எந்த நிலைப்பாட்டிலும் இயங்கமுடியாத ஒரு தேக்கம்.

என் பசியை மகேஷ் புரிந்துகொண்டிருக்க வேண்டும். சாப்பிட்டுவிட்டுப் போகலாம் என்றார். ஆமென்றோ இல்லை

யென்றோ தெரியாத வகையில் இருந்தது என் தலையாட்டல். வடகோவை ஆனந்தபவனில் ஒரு மசால் தோசையும் சுடச்சுட காபியும் உள்ளே இறங்கியதும் புதுத்தெம்பு வந்தது போலிருந்தது. சாப்பிட்டதும் வந்த தெளிவில் அம்மா சாப்பிட்டிருப்பாரா என்ற எண்ணமும் தம்பியும் தங்கையும் பசியோடிருப்பார்களோ என்ற வேதனையும் தொண்டையை அடைத்தது. அப்பா செத்துக் கிடந்த வேளையில் பசிக்கு இரையாகிப் போனதை நினைத்து பின்னால் பலமுறை வேதனைப்பட்டதுண்டு. இதுதான் நிஜமென்றும் தோன்றும்.

வெள்ளை வேன் ஒன்று மின்மயானத்திற்குள் நுழைந்து கிழக்கே போய் வேப்பமரத்தை ஒரு வட்டமடித்து வந்து மேற்குமுகமாக நின்றது. பாடியை இறக்கி தென்வடலாகப் போடப்பட்டிருந்த நீளமான பெஞ்சில் படுக்க வைத்தார்கள். பெரியப்பா என்னைப் பார்த்ததும் அருகில் வந்தார். பெரியப்பா தன் சகலையைக் காட்ட அவரைக் கும்பிட்டேன். என் வயதுள்ள ஓர் இளைஞனை அணைத்தபடியிருந்தார் பெரியப்பா. லேசான விசும்பல் அவனிடத்தில் இருந்தது. அவன் தோளை லேசாகத் தட்டிக் கொடுத்துக் கொண்டிருந்தார் பெரியப்பா.

வாய்க்கரிசி போடும் போது அவன் விசும்பல் உடைந்து, பெரிதாக உருவெடுத்து வாய்விட்டு அழுகையாக மாறியது. அவனுடைய தந்தையைப் பற்றிய நாக்குழறிய வார்த்தைகள் எனக்குள் ஏதோவொன்றை தட்டியெழுப்ப எத்தனித்துக் கொண்டிருந்தன. அப்பா என்னுள் மெல்ல அசைந்தார்.

கொள்ளிச் சட்டியை சுமந்தபடி சுற்றி வந்து மூன்றாவது சுற்றில் பட்டென போட்டு உடைக்கப்பட்டதும் அந்த இளைஞன் குலுங்கி அழுதான். 'சிவசிவ... சிவசிவ... சிவசிவ...' மூன்றுபேர் அவன் தோளில் கை போட்டு அணைத்தவாறு அவனைச் சற்றுத் தள்ளி அழைத்துச் சென்றனர்.

அப்பா என்னுள் உயிர்த்தெழுந்தார். நெஞ்சுக் கூட்டுக்குள்ளிருந்து முட்டி மோதி வெளிவரப் பார்த்தார்.

மின் உலைக்கு முன்பு இருந்த இரும்பு டிராலியில் அப்பாவின் உடல் வைக்கப்பட்டது. தானியங்கி உலையில் கதவு கடகடவென்ற சப்தத்துடன் திறந்து கொண்டது. அந்தச்சூழலில் அது பெரிதாகக் கேட்டது. உட்புறம் செக்கச் செவேலேன்ற கணப்பு. பசியோடு காத்திருக்கும் கணப்பு. அப்பாவின் உடலைத் தின்னத் தவிக்கும் கணப்பு.

என் கால்கள் நடுங்கின.

டிராலி அப்பாவை சுமந்து கொண்டு உள்ளே நுழைந்தது. டிராலியின் இயக்கம் முடிவடைவதற்கு முன்னமே அப்பாவைச் சுற்றியிருந்த வெள்ளைத் துணியைத் தீயின் நாக்குகள் தீண்டத் துவங்கிவிட்டன.

அப்பா சற்றே புரண்டு படுப்பதுபோல தோன்றியது.

உலையின் கதவு முழுமையாக மூடப்பட்டு விட்டது. உலையையே வெறித்தபடி நின்றிருந்தேன். இனி அப்பாவை என்னென்றைக்கும் பார்க்க முடியாது என்ற நினைப்பு மேலெழுந்து தொண்டையில் திரண்டு உருண்டது.

அப்பாவுக்கும் நெருப்புக்குமான போராட்டம் துவங்கியிருக்கும். தலைமுடி கருகத் துவங்கியிருக்கும். எனக்கு குச்சி ஐஸ் வாங்கித்தந்த அந்த கைவிரல்கள் தீயில் உருகி வழிந்து கொண்டிருக்கும். இந்நேரம் நெருப்பிடம் அப்பா தோற்றிருப்பார் அல்லது சமரசம் செய்துகொண்டு ஜோதியாக கலந்திருப்பார். இனி அவரே எரிந்து கொள்வார் என்று உலையின் நெருப்பு சற்றே தணிந்திருக்கலாம்.

'சார் வெளிய வாங்க... ஷட்டரை மூடணும்' என்கிறார் மின் உலை பணியாளர்.

நான் அப்படியே நின்று கொண்டிருக்கிறேன். பணியாளர் மூன்றாவது முறையாக சற்றே குரலை உயர்த்திச் சொல்லவும் பெரியப்பா என் அருகில் வந்து என் தோளைத்தொட்டு திருப்புகிறார். என் கண்களில் தேங்கி நிற்கும் கண்ணீரை விநோதமாக பார்க்கிறார்.

'நாளைக்கு காலைல வந்தா அஸ்தியை வாங்கிக்கலாம்' என்கிறார் பணியாளர்.

நாளை மறுபடியும் இங்கே வரவேண்டும்.

(உயிர் எழுத்து, 2008)

பல்லி வேட்டை

பல்லிகளைக் கொல்வது பாவம் என்று அவன் வளர்க்கப் பட்டிருந்தான். அவை மனிதனுக்குச் சகுனம் சொல்பவை. பலன் சொல்பவை. அதற்கான பலன்கள் பஞ்சாங்கத்தின் கடைசி அட்டையின் உள்பக்கத்தில் இருப்பதை அவன் அம்மா காட்டியிருக்கிறார். மனித உடம்பின் மேல் அவை விழும் இடங்களைப் பொறுத்த பலன்களும் அதில் அச்சிடப்பட்டிருந்தன. கடவுள் பல்லி ரூபத்தில் அலைவதாக அவனுள் பதிந்து போயிருந்தது. ஒருகாலத்தில் ஓணான் அளவு பெரிய பல்லிகள்கூட அவன் வீட்டில் இருந்ததாகப் பேச்சு உண்டு. வீட்டுக்கு வருபவர்களிடத்திலெல்லாம் அதைக் காட்டி மகிழ்ந்திருக்கிறாள் அவன் பாட்டி.

உணவுப் பண்டங்களில் எச்சமிடும் பல்லிகள் கூடவேகூடாதென அவள் வளர்க்கப்பட்டிருந்தாள். சத்துணவில் பல்லிகள் விழுந்து வாந்திபேதியான சேதிகளை அவளது அம்மா மறக்காமல் பத்திரமாகப் பரப்பி வந்தாள். தனக்கு வேண்டாத மனிதர்களின் உணவில் தனது வால் நுனியைத் துண்டித்துப் போட்டுவிடும் கொடூர வைராக்கியம் கொண்டவை பல்லிகள் என்பது அவளது பாட்டனாரின் கூற்று. அக்கூற்றுக்கு இம்மியும் களங்கம் வராமல்

இவ்வளவு காப்பாற்றி வந்தாயிற்று,

அவனும் அவளும் திருமணம் செய்துகொண்டபோது பல்லிகளை என்ன செய்வதென்ற பிரச்னை எழுந்தது.

எக்காரணத்தைக் கொண்டும் பல்லிகளைக் கொல்லக்கூடாதென எடுத்த எடுப்பிலேயே சத்தியம் வாங்கிக் கொண்டான் அவன். அவளும் சம்மதித்தாள். ஆனால் கண்ணில் பட்டால் என் கை சும்மாயிருக்காது எனவும் சொல்லி வைத்தாள். பல்லிகளிடம் சொல்லிவிடுங்கள் என்றாள். மனிதர்களைப் போலன்றி பல்லிகள் படிப்பறிவில்லாதவை. அதனாலேயே பல்லி பாஷை மனிதனுக்குத் தெரிவதுபோல் மனித பாஷை பல்லிகள் அறிவதில்லை.

பல்லிகளுக்கென்ற ஓர் அறை ஒதுக்கி அந்த அறைக்குள் பல்லிகளை அகிம்சாமுறையில் துரத்திவிடுவது என்று உடன்படிக்கையாயிற்று. பல்லிகள் மேல் வெறுப்பு என்பது அவளது பாட்டனாரைப் போல் பல்லிகளைக் கொல்லுமளவிற்று அவளிடம் வீரியம் பெற்றிருக்க வில்லை என்பது அவனுக்குச் சற்று ஆறுதலாகவே இருந்தது.

அவளது தொடர்ந்த துரத்தல்களுக்குப் பிறகு பல்லிகள் அந்தக் குறிப்பிட்ட அறைக்குள்ளேயே வாழப் பழகிவிட்டன. இதைப் பழக்க அவள் மூன்று மாதங்களை அகிம்சா வழியில் செலவிட்டாள். ஓர் அதிரடிப்படையின் மூர்க்கத்தோடு அவள் இப்பணியை மேற்கொண்டபோது சில பல்லிகள் வால் நுனியைத் துண்டித்து எறிந்துவிட்டு ஓடின. அப்போது அவளுக்கு தனது பாட்டனாரின் கூற்று நினைவுக்கு வரவே அகிம்சா தர்மம் கணநேரம் பிசகி மீண்டது.

பல்லி அறையை சிலர் வியப்போடும், சிலர் அருவருப்போடும் சிலர் கிண்டலோடும் பார்த்துச் சென்றனர். அந்த அறை வீட்டின் வடமேற்கு மூலையில் இருந்தது. பல்லி சொல்லும் திசையைக் கணக்கிட்டு பலன் சொல்லும் பஞ்சாங்கம் செயலிழந்து கிடந்தது. பல்லிகள் சொல்லாமலேயே சம்பவங்கள் நிகழ்ந்து கொண்டிருந்தன.

ஒருநாள் இரவு அவன் அவளிடம் சொன்னான். “உன்னை எனக்கு ரொம்பப் பிடித்திருக்கிறது. உன் உடம்பு பல்லியைப் போல் நிறங்கொண்டுள்ளது. உச்சத்தில் பல்லியைப் போலவே நீ அசைந்தாய்”

அருவருப்பான முகத்துடன் அவள் அவனிடமிருந்து தன்னை விடுவித்துக் கொண்டு குளியலறைக்குள் சென்று விட்டாள். இந்தச் சம்பவத்திற்குப் பின் அவள் தன்னுடைய பிறந்தமேனியை அவனுக்கு காட்ட மறுத்துவிட்டாள். இருந்தாலும் நான் பல்லி நிறத்திலா

இருக்கிறேன் என்ற கேள்வி அவளைக் குடைந்து கொண்டேயிருந்தது.

முதன்முறையாக அவள் பல்லி அறைக்குள் பிரவேசித்தாள். அவன் சொன்னது உண்மைதானென்று உணர்ந்தாள். பல்லிகளின் அசைவை கவனித்துப் பார்க்கையில் தன் அசைவை ஒத்திருப்பதைக் கண்டு திடுக்கிட்டாள்.

இவர்களும் பல்லிகளும் தனித்தனி அறைகளில் இல்வாழ்க்கையில் திளைத்திருந்த ஒரு மாலைப்பொழுதில் மழை பெய்யத் தொடங்கியது. இரண்டாம் நாள் மழைக்கு ஈசல்கள் வர ஆரம்பித்தன. சாப்பிட உட்கார்ந்திருந்த இருவரது இலைகளிலும் விழத்துவங்கின. அவனுக்கு பல்லிகளின் ஞாபகம் வந்தது. அவளுக்குப் பாட்டியின் நினைவு வந்தது.

ஈசல்களைத் திகட்டத் திகட்ட பிடித்துத் தின்னும் பல்லிகள் ஓர் அறையில் அடைந்து கிடப்பது குறித்து முதன்முறையாக விசனப் பட்டான்.

"பல்லிகள் இருந்தால் ஈசலையெல்லாம் பிடித்துத் தின்றுவிடும் நமக்கும் சாப்பிடுவதற்கு இடைஞ்சலிருக்காது" என்றான்.

அவள் அதை மறுத்து ஈசல்களை சேகரிக்கத் தொடங்கினாள். ஈசல்பொரி தயாரிப்பில் நிபுணத்துவம் பெற்றிருந்த அவள் பாட்டியின் கைப்பக்குவத்தை விவரித்தவாறே வடக்கல்லை அடுப்பில் வைத்தாள். ஈசலை தின்ன முடியும் என்பதே அவனுக்கு வியப்பாயிருந்தது. ஆனால் பிற்பாடு அதன் சுவையில் மயங்கினான். சாப்பிடச் சிரமமாயிருந்தால் கொஞ்சம் நெல்பொரி சேர்த்துக் கொள்ளச் சொன்னாள். வேண்டாம் என்றவன் சற்றே நெய் காட்டியிருந்தால் கூடக் கொஞ்சம் சுவையாயிருந்திருக்குமோ என்றான்.

அன்றிரவு அவன் "பல்லிகளைப் போலவே ஈசலை சுவைத்துச் சாப்பிடும் நீ இப்பொழுது எனக்கு முழுப்பல்லியாகவே தெரிகிறாய். ஈசல் இறகின் மினுமினுப்பு உன் மேனியெங்கும் மின்னுவதாயிருக்கிறது" என்றான்.

அவள் இதை ரசித்தாள். தனது ஈசல்பொரி அவனைக் கிறங்கடித்திருப்பது கண்டு கிளுகிளுப்படைந்தவளாக "நான் பல்லின்னா நீங்க ஓணான்" என்றாள்.

கொஞ்சம் இடைவெளிவிட்டு அவள் சிறுவயதில் தான் பார்த்த ஓணாண் பற்றி சொல்லத் தொடங்கினாள்.

"ஓணானை ரொம்பகாலம் ஒருபால் உயிரினம் என்றே நினைத்துக் கொண்டிருந்தேன். அதில் பெண் ஓணான் என்பதே இருக்க முடியாது என்பதாகவே உறுதியாக நம்பி வந்தேன். ஏனெனில் ஓணானின் நடை, உடல்வாகு, நிறம், மொரமொரப்பான அதன் தேகம் அவையெல்லாம் எனக்கு ஓர் ஆணை நினைவூட்டுவதாகவே இருந்தது. மேலும் ஓன்+ஆண் என்று பிரித்தும் வைத்திருந்தேன். சில சமயம் பார்த்திருக்கிறேன். மதில் சுவரின்மேல் ஒட்டியபடி படுத்திருக்கும் ஓணான் நினைத்தாற்போல் நான்கு கால்களையும் எம்பி நிற்கும். பிறகு ஒட்டிப்படுக்கும்... பிறகு எம்பும்.. என் பாட்டனார் தண்டால் எடுப்பதைப் பார்த்து அதுவும் பழகியிருக்கும் என்று நினைத்துக் கொள்வேன்"

அந்தரங்க நேரங்களில் இருவரும் பல்லியாகவும் ஓணானாகவும் வசித்து வந்தனர். பல்லிகளை இப்பொழுது அவள் கருணை ததும்பப் பார்க்க ஆரம்பித்தாள். ஆனால் பழக்கப்பட்டுவிட்ட பல்லிகளோ அந்த அறையை விட்டு வெளியே வர மறுத்தன.

பல்லிக்கும் ஓணானுக்கும் ஒரு மகன் பிறந்தான். அவன் தனது பள்ளிப் பருவம் முடிந்த பின்னர் கோழி வளர்க்கத் தலைப்பட்டான்.

அவனது கோழிகளுக்குப் பல்லிகளும் ஓணானும் விருப்ப உணவாக இருந்தது. பல்லி அறையில் பல்லிகளின் எண்ணிக்கை குறையத் துவங்கியது. பல்லியைவிட ஓணான் கறியே கோழிகளுக்குப் பிடித்தமானதாக இருந்தாலும் மகனுக்கு ஓணான் வேட்டையை விட பல்லி வேட்டை எளிதாக இருந்தது.

கோழிகள் பல்லிகளைக் கொத்தித் தின்றபோது அவள் கோபத்தின் உச்சத்தில் மகனை அடிக்க முற்பட அவன் தப்பித்து ஓடினான். துண்டுதுண்டாக நறுக்கப்பட்ட ஓணான்களைப் பார்த்தபோது அவள் விசனப்படவும் வேதனைப்படவும் செய்தாள். ஓணானை வெட்டிக் கூறுபோடும் மகனைப் பார்த்து கதறிக் கெஞ்சினாள்.

"பல்லி ஓணான்களைவிட கோழிகள்தான் நமக்கு மேலதிகப் பலன்களைத் தரக்கூடியது. முட்டைக்கு முட்டை, கறிக்கு கறி. சாப்பிடறதுன்னா சாப்பிடலாம். விக்கறதுன்னா விக்கலாம். பல்லி, ஓணானால் என்ன பிரயோஜனம். ஏம்மா இப்படி குமுறிக் குமுறி அழறே" என்றான் மகன்.

கோழி உணவகங்களை நகரெங்கும் விஸ்தரித்து விட்ட மகன், இப்பொழுது தினமும் கோழிக்குழம்பு இல்லாமல் சாப்பிட

முடியாதவனாகிவிட்டான். இவனுக்கும், சைவத்தைத் தவிர வேறேதும் அறியாத குடும்பத்திலிருந்து வந்த ஒரு பெண்ணுக்கும் கல்யாணம் ஏற்பாடாகியிருக்கிறது. இவர்கள் இருவரும் எவ்விதமான உடன்படிக்கைக்குத் தயாராகிறார்கள் என்பதைப் பற்றி வேறொரு சமயத்தில் சொல்கிறேன்.

(உயிர்மை, 2005)

மீண்டும் வருவார்

தற்பொழுது ஊர் முழுதும் இதேதான் பேச்சாகக் கிடக்கிறது. ஆண்கள், பெண்கள், குழந்தைகள் யாரும் எதைப்பற்றியும் பேசுவதாக இருந்தாலும் பேச்சின் முத்தாய்ப்பாக இந்தச் செய்தியைப் பேசாமல் முடிப்பதில்லை. இது தெரியாதவர்களை அப்பாவிகளைப் போல பார்ப்பதும் மக்களிடையே வழக்கமாகிவிட்டது. நடைபாதைகளில் பேருந்துகளில், தொலைபேசிகளில், கார்களில் எல்லாம் இந்த செய்திப் பரிமாற்றம் தான் கனஜோராக நடந்து கொண்டிருந்தது.

செய்தி இதுதான். ஒரு மரத்திலிருந்து தனது ஐந்தாவது கரத்தை நம்பிக்கையாய் நீட்டிக்கொண்டு வெளிப்பட்டிருக்கிறார் பிள்ளையார். எத்தனையோ தெய்வங்கள் மனிதர்களைப் பிடித்துக்கொண்டு பூலோகம் இறங்கி வந்து இரட்சித்துக் கொண்டிருக்கும் இவ்வேளையில் பிள்ளையாருக்கு மட்டும் அந்த சூட்சமம் பிடிபடவே மாட்டேனென்கிறது. அதனாலேயே - பிள்ளையார் கோயில்களில் சாமியாடித் தூதுவர்கள் இல்லாத காரணத்தாலேயே - விக்னேஷ்வரன் மரங்களைத் தேர்ந்தெடுத்துக் கொண்டான்.

பூமிக்கு இரண்டடி மேலே கிரீடம் வைத்த முகம் போல அடிமரம் வெளிப்புடைத்துக் கிடக்கிறது. முகத்திலிருந்து வேருக்கு, தடித்து எழும்பிய பாகமொன்று வளைந்து வலம்புரியாக கீழிறங்குகிறது. அதன் கீழே கால்களை மடித்து உட்கார்ந்தாற்போல இரண்டு வேர் முடிச்சுகள்.

இப்படி பிள்ளையார் வெளிப்பட்டது, ஜனங்கள் வழக்கமாக கொண்டாடும் ஆல், அரசு, வேம்பு, வில்வம் போன்ற பாக்கியப்பட்ட மர இனங்களாக இல்லாமல் சிவப்பும் மஞ்சளும் கலந்ததாய்ப் பூப்பூத்து தட்டையாக வளைந்து தொங்கும் (கருப்பசாமி கொடுவாள் போல) நீண்ட காய்களோடு இருக்கும் மேஃபிளவர் மரம். கடவுள் ஜாதி வித்தியாசம் பார்ப்பதில்லையென மக்கள் பேசிக் கொண்டார்கள்.

நகரின் மத்தியில் இரண்டு சாலைகள் கூட்டல் குறியாய்ச் சந்திக்கிற இடத்திற்குச் சற்று மேற்காக சாலையோர சாக்கடையின் அருகிலிருந்த இந்த மரத்தில் பிள்ளையார் வெளிப்பட்டு ஒரு வாரமாகிறது. மரத்தையொட்டியிருந்த வீட்டுக்காரரே மனமுவந்து தற்காலிக மாகவோ நிரந்தரமாகவோ பூஜை பொறுப்புகளை கவனித்துக் கொள்ள முன்வந்திருக்கிறார். (அவர் வேலை செய்து கொண்டிருந்த மில் லாக்அவுட் ஆகி ஐந்து வருடமாகிவிட்டிருந்தது)

இந்த அதிசயத்தைப் பார்க்கவும் பிள்ளையாரின் அனுக் கிரஹத்தைப் பெறவும் அநேக பக்தர்கள் வந்தபடியிருந்தனர். அதே வீதியில் இருந்தவர்கள் காலை, மாலை இருவேளைகளிலும் பக்கத்துத் தெருக்களில் இருந்தவர்கள் காலையிலோ அல்லது மாலையிலோ ஒரு வேளை மட்டும், பக்கத்து ஊர்களில் இருந்தவர்கள் வாரத்தின் ஏதாவது ஒரு நாளிலோ, தூரத்து ஊர்களில் இருந்தவர்கள் சங்கடஹர சதுர்த்தி அல்லது பௌர்ணமி போன்ற மாதத்தில் ஏதாவது ஒரு திதியிலோ வந்து தரிசிப்பதாக தங்களுக்குள்ளாகவே சங்கல்பமிட்டுக்கொண்டு வந்து போனார்கள்.

பிற இடங்களில் இருந்த பூ வியாபாரிகள் தத்தமது கிளைகளைத் தற்காலிகமாக பரப்பியிருந்தார்கள். தேங்காய் பழமும் அப்படியே. ஆனாலும் ஜனங்களுக்கு தங்கள் பாதணிகளை பாதுகாப்பாக விட்டுச்செல்ல இன்னும் தோதானதொரு இடம் கிடைக்காமல் திண்டாடினார்கள்.

பிள்ளையாரை தரிசித்தேயாகவேண்டுமென உறுதி கொண்டவர்கள் தங்கள் வேண்டுதல்களோடு தற்காலிகமாக தமது பாதணிகளின் பாதுகாப்பிற்கான பொறுப்பையும் அவரிடமே

ஒப்படைத்து நின்றார்கள். சிலருக்கு வீட்டிலிருந்து சுமந்து வந்த பிரார்த்தனைகளை விடவும் தங்களது பாதணிகளைப் பற்றிய வேண்டுதல்களின் கனம் கூடுதலாயிருந்தது.

இதில் இன்னொரு பிரிவினர் மரத்திற்கு இருபதடி தூரத்தில் பாதரட்சையைக் கழற்றிவிட்டு அதன் பக்கத்திலேயே கண்மூடி நின்று தங்களது அத்தனை வேலைகளுக்கு மத்தியிலும் பிள்ளையாருக்காக சிறிது நேரம் ஒதுக்கியதை அவருக்கு உணர்த்திவிட்டுச் செல்வதில் கவனமாயிருந்தார்கள். இப்படி நின்றவர்கள் தங்களது கால் பெருவிரல்களின் முன் நுனி பாதரட்சையின் பின் நுனிகளை உரசிக் கொண்டிருக்குமாறு பார்த்துக் கொண்டார்கள். அப்படியும் செருப்புகள் காணாமல் போய்க் கொண்டுதானிருந்தன.

நெரிசலைச் சமாளிக்க அந்தச் சாலையை ஒருவழிப் பாதையாக மாற்றிவிட வேண்டுமென்ற கோரிக்கையும் மக்களிடையே இருந்தது.

பிரச்சினைகளைச் சுமந்து கனத்த மனத்தோடு வந்த ஜனங்கள் மரப்பிள்ளையாரிடம் அதை இறக்கி வைத்துவிட்டு தத்தமது ஊர்களுக்குச் செல்லும் வழியெங்கிலும் எதிர்ப்பட்டவர்களிட மெல்லாம் இதைப் பற்றிச் சொல்லிக் கொண்டு சென்றார்கள். அவர்கள் அப்படிச் சொல்லும்போது, மரப்பிள்ளையாரின் பெருமைகளோடு தாங்கள் என்னென்ன காரியத்தை வேண்டி அவரிடம் சென்று வந்தோம் என்பதையும் அவை சித்தித்தது பற்றியும் சொல்ல, அதைக் கேட்டவர்களும் பதிலுக்கு ஆறுதலாய் இரண்டு வார்த்தைகள் அவருக்குச் சொல்ல இருவரும் பாரம் குறைந்து வீட்டுக்குச் சென்ற அடுத்தவாரம் மரப்பிள்ளையாரைச் சந்திக்க வருவதாய்ப் பிரார்த்தனை செய்து படுத்தார்கள்.

இப்படியாக மக்கள் தங்களது நிலபுலன்கள் சீக்கிரம் விற்க வேண்டுமெனவும் வாங்க வேண்டுமெனவும் குடிகார கணவனால் விரட்டப்பட்ட தன் மகன் விரைவில் தன் புருஷனுடன் இணைந்து வாழ வழி செய்யுமாறும் தன் பிள்ளைக்கு மெடிக்கல் ஸீட் கிடைக்க வேண்டுமெனவும் கோரிக்கை வைத்தபடியிருந்தனர்.

சில நாள் கழித்து இரவில் சுண்டெலிகளும் பெருச்சாளிகளும் மரத்தைச் சுற்றி வலம் வருவதாக ஒருவர் கண்டுபிடித்துச் சொன்னார். அன்றிலிருந்து இரவு பூஜைக்குப் பின் நைவேத்தியங்கள் மரத்தடியிலேயே விட்டுச் செல்லப்பட்டன. மரத்தின் ஓரத்திலிருந்த சாக்கடையிலிருந்து மேற்படி நபர் கண்டுபிடித்துச் சொன்ன ஜீவன்கள் இரவில் மக்கள் சென்றுவிட்டதை நிச்சயமாக உறுதி

செய்த பிறகு சுதந்திரமாக வந்து பசியாறிவிட்டுச் சென்றன.

கோயிலாகக் கட்டப்படவில்லையென்றாலும் சிறிய தென்னோலைப் பந்தல் போடப்பட்டிருந்தது. கட்டடம் கட்டினால் அறநிலையத்துறை எடுத்துக் கொள்ளுமெனவும் பேச்சுகள் இருந்தன. இடையில் ஒருநாள் சனிப்பெயர்ச்சியென்று நவக்கிரஹங்கள் குடியிருந்த கோவிலை மக்கள் தேடிப்போனதில் அன்று மட்டும் கூட்டம் மிகமிகக் குறைவாக இருந்தது.

முன்பு தரிசித்தவர்களின் பிரச்சனைகள் நிவர்த்தியானபடியாலோ அல்லது அப்பிரச்சனைகளுக்குத் தங்களைப் பழக்கிக்கொள்ளும் மன உறுதியைப் பிள்ளையார் வழங்கிவிட்டபடியாலோ இப்பொழுது அப்படிப்பட்டவர்களின் வருகை குறைந்து போக, அவர்களால் சொல்லக் கேட்டவர்கள் தங்களது பாரங்களைச் சுமந்து வந்தார்கள்.

அப்படி வந்தவர்கள் முன்பு வந்து சென்றவர்கள் விவரித்ததைப் போன்ற அங்க லட்சணங்களுடன் பிள்ளையார் இல்லாததைக் கண்டு மனதுக்குள் சற்று ஏமாற்றமடைந்தாலும் தெய்வக்குற்றம் வந்து தங்கள் குடும்பத்தைக் கொள்ளைகொண்டு போய்விடுமென அஞ்சி மாறிவரும் பிள்ளையாரின் உருவத்தைப் பற்றி வெளியில் யாரிடமும் அவ்வளவாக விமர்சிக்காமல் இருந்துவிட்டனர். இப்படி ஏமாற்றமடைந்தவர்கள் தாங்கள் போய்வந்ததை வேறு யாரிடமும் பேசிக்கொள்ளாத காரணத்தால் மேற்கொண்டு மரத்திலிருந்து வெளிப்பட்ட பிள்ளையாரைப் பற்றிய செய்திகள் மக்களிடையே தேக்கமடையத் துவங்கின.

இப்படியாக கொஞ்ச நாட்களில் மக்கள் கொண்டு வந்து அபிஷேகித்த பால், பஞ்சாமிர்தம், இளநீர், பன்னீர் போன்றவற்றால் குளித்துத் திளைத்த மரம் தனது அடிப்பாகத்தை சற்றுப் பெருக்க வைத்துவிட்டபடியால் பிள்ளையார் தனது வெளிப்பாட்டை மரத்துக் குள்ளாகவே மறைத்துக்கொள்ள முயற்சித்துக் கொண்டிருந்தார்.

அறநிலையத்துறை தன்னைச் சிறைப்படுத்திவிடுமென்ற அச்சத்தாலும் விலக்கு நாட்களில் சுத்தமாக இல்லாத பெண்கள் பிள்ளையாரைத் தொட்டு வணங்கியதாலும் அவர் வருத்தமுற்று தன்னை ஒளித்துக் கொண்டதாக மக்கள் பேசிக் கொண்டார்கள்.

காற்று மழைக்குத் தாக்குப்பிடிக்காமல் ஓலைக்கூரை பறந்து போய் இப்பொழுது மரமாய் நிற்கிறது மரம். ஒரு நாள் பக்கத்து வீட்டு நாய் வலது பின்னங்காலைத் தூக்கி மரத்தின் மீது சிறுநீர் கழித்ததிலிருந்து அந்த மரத்திலிருந்து பிள்ளையார் முற்றிலுமாக

அகன்று விட்டதை மக்கள் சர்வ நிச்சயமாக ஊர்ஜிதப்படுத்திக் கொண்டார்கள்.

நேற்று கோவனூரில் அதிசய பனைமரம் ஒன்று இருப்பதாகச் செய்தி வந்தது. கோவனூருக்கு மேற்கே குருடி மலையடிவாரத்தில் ஒன்பது கிளைகளுடன் பரந்து விரிந்த பனைமரம் ஒன்று இருப்பதாகவும் அங்க சென்று வேண்டுபவர்களுக்கு அது சகல ஐஸ்வர்யங்களையும் கொடுப்பதாகவும் சொல்லிக் கொண்டார்கள்.

அந்தப் பனையைப் போலவே கும்பிடுபவர்கள் குலமும் கிளைவிட்டுத் தழைக்கும் எனவும் சொல்லிக்கொண்ட செய்திகளால் ஈர்க்கப்பட்ட மக்கள், மறைந்துபோன பிள்ளையார் வேறொரு ரூபத்தில் வெளிப்பட்டிருப்பதாக மகிழ்ந்து தங்களது பாவ மூட்டைகளுடனும் சோற்றுமூட்டைகளுடனும் பேருந்து எட்டாத அந்த மலையடி வாரத்திற்கு சென்று கொண்டிருக்கிறார்கள்.

அப்படிப்போக முடியாதவர்கள் மரத்திலிருந்து வெளிப்பட்ட பிள்ளையாரை ஜனங்கள் விரட்டியதைப் போலவே இந்த பனைமரத்துக் கடவுளையும் ஒருநாள் இவர்கள் விரட்டி விடுவார்கள் எனவும் அப்படி விரட்டினாலும் மறுபடியும் மறபடியும் ஏதாவதொரு ரூபத்தில் வேறு ஏதாவதொரு இடத்தில் கடவுள் மீண்டும் தோன்றுவார் எனவும் அப்படித் தோன்றும் இடம் பேருந்துகள் செல்லும் வசதியோடிருக்குமெனவும் சொல்லிக் கொண்டிருந்தார்கள். பாவங்களுக்கான பரிகாரங்களை அடுத்த வருடம் பஞ்சாங்கம் வெளியானதும் இறைத்தூதர் வந்து சொல்லும் வரைக்கும் தொலைக் காட்சிப் பெட்டிகளில் தொலைந்து போவதெனவும் மக்கள் உறுதியெடுத்துக் கொண்டார்கள்.

(கனவு, 1999)

பூஜ்யத்தின் கீழ் பத்தாயிரம் வாசனை அல்லது வடிவக் கொலை வழக்கு

பூஜ்யத்தின் கீழ் பத்தாயிரம் வாசனை என்ற காலாண்டு இலக்கியப் பத்திரிகையின் இரண்டாவது இதழை ஒருமாதமாகத் தேடிக் கொண்டிருக்கிறேன். ஆர்.பி.எஸ் வைத்திருப்பதாகத் தகவல் கிடைத்து திருப்பூர் போனபோது அவர் சர்வதேச திரைப்பட விழாவுக்கு திருவனந்தபுரம் போய்விட்டதால் ஏமாற்றத்தைச் சுமந்து கொண்டு புஷ்பா தியேட்டருக்கு முன்னால் கோவை பஸ்சுக்கு நின்று கொண்டிருந்தேன். புஷ்பா தியேட்டர் ஏதோ ஒரு நினைவுச் சின்னம்போல் இன்னும் மதிப்புக்கூடிய இடத்தில் நின்று கொண்டிருப்பது ஆச்சரியமாக இருந்தது. காரணப் பெயருக்கு வேண்டுமென விட்டு வைத்திருக்கிறார்களோ என்னவோ.

முதலிலேயே சந்தா கட்டியிருந்தால் இந்த பிரச்சனை இருந்திருக்காது. ராஜேஷ்தான் ஒரு வருடம் போகட்டும் தொடர்ந்து வந்தால் பார்க்கலாம் என்று தடுத்துவிட்டான்.

நான் 'பூஜ்யத்தின் கீழ் பத்தாயிரம் வாசனை' என்ற காலாண்டு இலக்கியப் பத்திரிகையின் இரண்டாவது இதழை இப்படி வேகாத வெயிலில் (பாரம்பரிய வார்த்தைப் பிரயோகங்களை காப்பாற்ற

வேண்டும்) உடல் கறுத்துப் போகுமளவிற்குத் தேடுவதற்கு முக்கியக் காரணம், முதல் இதழில் நான் எழுதியிருந்த 'ஆத்தாத்தாத்தா' கவிதையைப் பாராட்டியும், செருப்புக் காட்டியும் வந்த கடிதங்களை அதில் பிரசுரித்திருப்பதாகச் சொன்னதுதான். அவற்றில் என்ன எழுதியிருப்பார்கள் என்பதை முன்வட்டியே ஓரளவுக்கு அனுமானித்து வைத்திருந்தேன்.

இதற்கு முன்னால் என்னுடைய சில கவிதைகளுக்கு நானே தடை செய்யப்பட்ட வார்த்தைகளில் விமர்சனம் (?) எழுதி 'திருவச்சங்கி' என்ற பெயரில் அனுப்பியிருந்தேன். திருவச்சங்கி எழுதியிருந்த கருத்து நடையைப் பார்த்து அவர் 'அ' குழுவைச் சேர்ந்தவர் என்று அனுமானித்த 'ஆ' குழு விமர்சகர் ஒருவர் எனக்காக வரிந்து கட்டிக்கொண்டு கொடி பிடித்ததில் எனது கவிதைகள் மிகப் பிரபலமாகிவிட்டிருந்தது சமீபத்தில். அ-ஆவின் மோதலின் பின்விளைவாக எனது முதல் தொகுப்பை வெகு எளிதாகக் கொண்டுவர முடிந்தது.

'அ'வின் வசவுகளையும் 'ஆ'வின் ஒத்தடங்களையும் 'ஒரு தெருநாயின் வாலாட்டல்' என்ற தலைப்பில் தொகுப்பின் ஆரம்பப் பக்கங்களில் வெளியிட்டு நடுநிலையாளனாக என்னை நிறுத்துக் கொண்டிருந்தேன். என் கவிதைகளின் மீது நானே தொடங்கி வைத்த இந்த இலக்கியச் சொரிதலை இப்பொழுது மற்றவர்கள் தொடர் வதில் திருவச்சங்கி வேலையில்லாதவனாகி விட்டான். (சொற்களை வைத்துக் கொண்டு எப்படி அல்லாடுகிறானோ, பாவம்)

'பூஜ்யத்தின் கீழ் பத்தாயிரம் வாசனை' முதல் இதழில் வெளிவந்த என்னுடைய 'ஆத்தாத்தாத்தா' கவிதையை சொல்லி விடுகிறேன் முதலில்.

அப்பத்தா ஆடுவளத்தா
காடு வளத்தா
காது வளத்தா
கோழி வளத்தா
கொமரி வளத்தா
புள்ள வளத்தா
புளிய வளத்தா
.... த்தா
.... த்தா
.... த்தா
நாயி வளக்கல

கடிக்குமுன்னு
என்னை வளத்தா - பாவம்
கடிக்காதுன்னு

இந்தக் கவிதைக்குத்தான் விமர்சனம் (வாசகர் கடிதத்தை அவன் அப்படித்தான் சொல்லுவான்) - ஏதோ சினிமாவுலெ கேட்ட வசனம் மாதிரி இருக்குதே என்று முணுமுணுத்துக்கொண்டே - ராஜேஷ் சொன்னான்.

'இ' குழுவின் உட்பிரிவான 'இ-அ'விலும் இப்பொழுது எனது கவிதைகள் கவனிக்கப்படுவதாக கவிதைப்பேய் என்ற பெயரில் எழுதும் கோவிந்தசாமி சொன்னான். இ-அ வின் இதழுக்காக நான் எழுதிய கவிதையை வாசிக்காதவர்களுக்கு...

ஸர்ப்ப இலச்சினை தொய்யும்
செங்கட்புனலின்
பிரக்ஞையிழந்த வலியாற்றலின் காயம்
எனது குருதியெங்கம் தேங்கிக் கிடக்கிறது
வெள்ளிமுடியுடையோனிடையேயோடியபடி
இடைகுறை முல்லையின்பாற்பட்டு
தெருவெங்கும் சுற்றியலைகிறதென் காமம்
தொப்பூள் கொடியறுத்த தடயத்தில்
வைத்தென்னை அழுத்துகிறது
உனக்குமெனக்குமான சூன்யவெளி

தொடர்ந்து இதுபோன்ற இருபது கவிதைகள் 'பனையோலை விசிறி' என்ற இ-அ வின் இதழில் வெளியிட்டார்கள். அவர்கள் இந்த 'ஆத்தாத்தாத்தா'வைப் பற்றி என்ன எழுதியிருப்பார்கள் என்பதில் எனக்கு ஆர்வமாக இருந்தது.

பனையோலை விசிறியின் அடுத்த இதழ் வெளிவர இன்னும் மூன்று மாதங்களாவது ஆகும். திருவச்சங்கி சொன்னது சரிதான் என்று நீண்ட காலம் கழித்து இவர்கள் வழிமொழிந்தாலும் ஆச்சரியப் படுவதற்கில்லை. அப்படி மொழிந்துவிட்டால் திருவச்சங்கியின் பேனாமூடி மீண்டும் திறந்துகொள்ளலாம். எப்படியாவது என் பெயர் புழக்கத்தில் இருந்துகொண்டேயிருந்தால்தான் மீண்டும் அடுத்த தொகுப்பை சுலபமாகக் கொண்டுவர முடியும்.

'பூஜ்யத்தின் கீழ் பத்தாயிரம் வாசனை' பற்றிச் சொல்லப்போய் எதிலோ வந்து நின்றுவிட்டது.

பூஜ்யத்தின் கீழ் பத்தாயிரம் வாசனை என்று நான் சொன்னதைக் கேட்டு நம்பிபெருமான் குலுங்கிக் குலுங்கி சிரித்தார். இருந்தாலும்

உனக்கு ரொம்பத்தான் குசும்பு என்றார். எனக்கு புரியவில்லை. "நிஜமாகவே உனக்குப் புரியலையா மயூரா... நிஜமாவே புரியலையா..." என்று சந்தேகத்தோடு கேட்டார்.

"மண்வாசனை அப்படீங்கறதைத்தான் அப்பிடி இழுத்து முறுக்கி எழுதியிருக்காங்க" என்று அவர் சொன்னபோது அதிர்ந்து போனேன்.

'ம' வை 10 என்றும் 'ண்'ணை 0001 என்றெழுதி அதன் மேல் ஒரு படுக்கைக்கோடிட்டு அதற்கும்மேலே ஒரு வட்டம் போட்டிருந் தார்கள். இதைத்தான் நான் பூஜ்யத்தின் கீழ் பத்தாயிரம் வாசனை என்று மடத்தனமாக புரிந்து வைத்திருந்திருக்கிறேன். வெட்கமாக இருந்தது. இது எனக்கு இரண்டாவது அனுபவம். ஏற்கனவே விஜயா பதிப்பகத்தில் வைத்து தங்கர்பச்சானின் குடிமுந்திரியை குபிமுந்திரி என்று வாசிக்கப்போய் அவமானப்பட்டிருக்கிறேன். அப்பொழுதும் நம்பிபெருமான் அங்கு இருந்தார் என்பது எனது வெட்கத்தைக் கலவரமாக்கியது. நம்பிபெருமான் என்னை 'வாசிக்கத் தெரியாத கவிஞன்' என்று எங்காவது நிச்சயம் எழுதக்கூடும்.

இது வரைக்கும் நான் எழுதி வந்த 'பூஜ்யத்தின் கீழ் பத்தாயிரம் வாசனை' என்பதை 'மண்வாசனை' என்று திருத்தி வாசிக்க வேண்டுகிறேன். இதுநாள்வரை இதைப்பற்றி பத்துப் பேரிடமாவது கேட்டிருப்பேன். யாரும் இப்படியொரு இதழைக் கேள்விப்பட்ட மாதிரி இல்லையே என்று சந்தேகமெழுப்பாதது ஏன் என்ற கேள்வி மண்டையைக் குடையத் தொடங்கியது.

"நீ சொன்னதை வைத்து அவர்களும் இப்படியொரு புத்தகம் வந்திருந்து நமக்கு அகப்படவில்லையே என்று தேடிக் கொண்டிருக்கிறார்கள் என்று நினைக்கிறேன்" என்றார் நம்பி பெருமான். இருக்கலாம். நம்பி பெருமான் இதுபோன்ற சிக்கலான பிரச்சினைகளின் மூலத்தை சீக்கிரம் கண்டுபிடித்து விடுகிறார்.

கடைசியாக நம்பிபெருமான் தன்னிடமிருந்த பிரதியை எனக்குக் கொடுத்துவிட்டு, "மயூரா... இந்த திருவச்சங்கிங்கற பேர்லெ ஒளிஞ்சிட்டு எழுதறவன் யாரு தெரியுமா?" என்று கேட்டுவிட்டு காதோடு ரகசியமாகச் சொன்னார்.

நான் சிரித்துக்கொண்டே "எனக்கு முன்னமே தெரியும்" என்றேன். நம்பிபெருமான் வியப்பு மாறாமலேயே விடைபெற்றுச் சென்றார்.

(உயிர்மை, 2005)

வானசஞ்சாரக் கதைகள்

முதலாவது கதை : தழுவல்
யெஸ். இராமகிருஷ்ணனும் நானும்

சுமார் பத்து வருடங்களுக்கு முன் சந்தித்த போது அவர்தான் யெஸ்.இராமகிருஷ்ணன் என்று எனக்குத் தெரியாது. பிற்பாடு இத்துணை காலமாக அவரைப்பற்றி தெரிந்து கொள்ளவோ சந்திக்கவோ முயற்சிக்கவில்லை. தற்செயலாக சமீபத்தில் தான் அவர் பெயர் யெஸ்.இராமகிருஷ்ணன் என்று அறிய நேர்ந்தது. ஆனால் பத்து வருடங்களுக்கு முன் அவரை சந்தித்திருக்கா விடில் இப்போதிருக்கும் இந்த உயர்ந்த அந்தஸ்துக்கு என்னால் வந்திருக்க முடியாது என்பதை நான் சொல்லிக்கொள்ளத்தான் வேண்டும்.

பொய் சொல்வதைப்போல உண்மையைச் சொல்லாமல் மௌனிப்பதும் பாவம்தானே. சொல்லப்படாத உண்மைகளால் நான் தினந்தோறும் எத்தனையோ இடர்களைச் சந்தித்துக் கொண்டிருப்பதாக உணர்கிறேன். அதுவும் சமீப காலங்களில் இந்தப் பேரிடர் என்னை ரொம்பவுமே இம்சிக்கிறது. காலங்கடந்து சொல்லப்படும் உண்மையும் - அது மெய்யாலுமே உண்மையாக

இருந்தாலும் - அது சந்தர்ப்ப வசத்தால் வெளியிடப்பட்ட சுயநலம் சார்ந்து மறைக்கப்பட்டதாகவே தோன்றுவதால் சில உண்மைகளை என்னால் காலங்கடந்தும் வெளியிட முடியாமல் போய்விடுகிறது. வயதாகஆக இந்தச் சுமை கூடிக்கொண்டே போவதால் மேலும் காலந் தாழ்த்தாமல் யெஸ்.இராமகிருஷ்ணனைப் பற்றிச் சொல்லிவிடுவது என்று தீர்மானித்து விட்டேன்.

முதன்முதலில் அவரை நான் பார்த்தபோது என் பெயரை அவர் கேட்கவில்லை. நானும் கேட்கவில்லை. கேட்கவேண்டும் என்று நினைத்து வாயெடுத்த நாளில் அவர் தன் ஜன்னலை மூடிக்கொண்டார். தன் ஜன்னல் என்று சொன்னது தவறு. அது என் ஜன்னல். எனக்கு வாடகைக்கு விட்ட வீட்டுக்காரரின் ஜன்னல். அடுக்குமாடிக் குடியிருப்பின் ஆறாவது தளத்தில் நான் வசித்து வந்தேன், வாழ்ந்து வந்தேன், குடியிருந்தேன் அல்லது இருந்தேன். உங்கள் மனோ வசதிப்படி வைத்துக்கொள்ளுங்கள்.

அசுவாரசியமான ஓர் அதிகாலையில் யெஸ்.இராமகிருஷ்ணனை என் ஜன்னலுக்கு வெளியே பார்த்தேன். நடந்து போய்க் கொண்டிருந்தார். என் ஜன்னலைக் கடந்து நடந்து போய்க் கொண்டிருந்தார். ஆறாவது தளத்துக்கு வெளியே வானவீதியில் என் ஜன்னலைக் கடந்து நடந்து போய்க்கொண்டிருந்தார். முதலில் சாதாரணமாகவும் பிறகு ஆச்சரியத்தோடும் அதன்பிறகு உடல் லேசாக நடுங்கி வியர்த்துக்கொட்டவும் நான் பார்த்தேன். கொஞ்சமும் யோசிக்காமல் சட்டென ஜன்னலை மூடிவிட்டேன்.

கை நடுக்கம் நிற்கவில்லை. நாற்காலியில் உட்கார்ந்து அதன் கைகளை இறுகப்பிடித்துக் கொண்டேன். நாற்காலியும் லேசாக ஆடுவதாகத் தோன்றியது. எழுந்து வெறுந்தரையில் மல்லாக்கப் படுத்துக்கொண்டேன். கண்களை லேசாக மூடியபோது நடுக்கம் சற்று குறைந்தாற் போலிருந்தது. மூடிய ஜன்னல் தானாகத் திறந்து கொள்ளுமோ என்ற அச்சம் துளிர்விட திரும்பிப் பார்த்தேன். ஜன்னல் மூடியபடியேதான் இருந்தது.

என் ஜன்னலில் குறுக்குக்கம்பிகள் இல்லாததை அப்போதுதான் கவனித்தேன். நேற்றும் அதற்கு முந்தைய நாளும் ஜன்னலில் குறுக்குக் கம்பிகள் இருந்ததுபோலவே தோன்றியது. திரும்பத்திரும்ப நினைவுக்குக் கொண்டுவர முயற்சித்தபோது குழப்பமே மிஞ்சியது. ஒருவேளை அந்தரத்தில் நடந்துசென்ற மனிதன் கம்பிகளைக் களவாடிச் சென்றிருப்பானோ? ஜன்னல் வழியே எட்டிப்பார்த்தபோது அந்தரவெளியில் யாரையும்

காணவில்லை. பிரமையோ?

அது பிரமையில்லை என்று நிரூபிக்கும் வகையில் அன்று மாலை ஐந்து மணி சுமாருக்கு அம்மனிதன் ஜன்னலின் வலப்பக்கத்திலிருந்து இடப்பக்கமாக கடந்து செல்வதைக் காண நேரிட்டது. (அப்பொழுது நான் மனிதன் என்று மனதுக்குள் குறித்து வைத்திருந்தாலும் பிற்பாடு அம்மனிதனை யெஸ்.இராமகிருஷ்ணன் என்று அறிந்து கொண்டதால் இனி யெஸ்.இராமகிருஷ்ணன் என்றே புழங்குகிறேன்).

மறுநாள் காலையில் நான் பல்துலக்கிக் கொண்டிருந்தபோது ஜன்னலின் இடப்பக்கம் தோன்றி வலப்பக்கமாக நகர்ந்து செல்வதைக் கவனித்தேன். உடனே இந்த அறையைக் காலி செய்துவிட வேண்டும் என்று தோன்றியது. ஆறாவது தளம் என்பதால் இவ்வளவு குறைந்த வாடகைக்குக் கிடைத்திருக்கிறது. நான்காவது ஐந்தாவது தளங்களில் இன்னும் யாருமே குடிவரவில்லை. இந்த தளத்திலும் என்னைத் தவிர யாருமில்லை. இது மேலும் என்னை பதட்டமடையச் செய்தது.

இப்படியாக ஒரு வாரம் கடந்து ஓடியது. தினமும் காலையில் போவதும் மாலையில் திரும்புவதுமான அவரது அந்தரவெளிப் பயணத்தை இப்பொழுது ஆவலோடு பார்க்கப் பழகியிருந்தேன். பயம் என்னிலிருந்து முற்றிலும் கழன்று விட்டிருந்தது. சுவாரசியம் கூடிக்கொண்டே போனது. அவரைப் பற்றிய பல்வேறு புனைவுகளை என்மனம் அடுக்கியபடியேயிருந்தது. எனக்கு மட்டுமே காணக்கிடைத்த காட்சியாக அவரது வருகையை நான் அர்த்தப்படுத்திக் கொண்டிருந்தேன். அது ஒரு பரவசமான அனுபவமாக மாறிக்கொண்டிருந்தது. பல்துலக்குவது போலவும், கழிப்பறை செல்வது போலவும், உறங்குவது போலவும் அவரது வருகைக்காகக் காத்திருப்பதும் எனது அன்றாட அத்தியாவசிய கடமையாக மாறிவிட்டிருந்தது. நாளாக நாளாக அவரிடம் பேச வேண்டும், அவரைப் பற்றித் தெரிந்துகொள்ள வேண்டும் என்ற வேட்கை கூடிக்கொண்டே போனது. யோகி போலவும், சித்தர் போலவும், கூடுவிட்டுக் கூடுபாயும் மந்திரக்காரர் போலவும், தந்திரக்காட்சிகளை உருவாக்கி அலையவிடுபவர் போலவும் அவரது தோற்றம் எனக்குள் உருமாறிக் கொண்டேயிருந்தது. நாங்கள் ஒருவருக்கொருவர் எதுவும் பேசிக்கொள்ளாமலேயே எனக்குள் இவ்வ ளவும் நிகழ்ந்துகொண்டிருந்தது ஆச்சரியமாக இருந்தது. வேறு எவரிடமும் பகிர்ந்துகொள்ள முடியாததாகவும்

இவ்வனுபவம் இருந்தது.

அவரிடம் ஓர் அன்யோன்யம் துளிர்விட ஆரம்பித்திருந்த ஒரு காலைப்பொழுதில் ஓங்கிக்குரலெடுத்துக் கூவி அழைத்தேன்.

திரும்பிப் பார்க்கவில்லை. கைதட்டிக் கூப்பிட்டும் அவர் தன்பாட்டுக்குப் போய்க்கொண்டேயிருந்தார். தெற்குத் திசையில் அவர் உருவம் புள்ளியாகி மறையும்வரை பார்த்துக்கொண்டே நின்றிருந்தேன். எனக்குள் நானே உருவாக்கி வைத்திருந்த பிம்பத்தில் லேசான கீறல் விழுந்தது போன்ற ஏமாற்றம் தலைதூக்கியது. நான்தான் அவரைத் தினமும் பார்க்கிறேனேயொழிய அவர் என்னை இதுவரை ஒருநாளும் பார்த்ததில்லை என்கிற ரீதியில் என்னை நானே சமாதானம் செய்துகொண்டேன்.

மறுநாள் அவர் வருவதற்கு முன்னதாகவே ஜன்னலில் தலையை நீட்டி வடதிசைநோக்கி நெடுந்தொலைவுவரை என் பார்வையைப் பதித்திருந்தேன். வடகோடியில் ஒரு புள்ளியாகத் தோன்றி அவர் உருவம் வளர்ந்துகொண்டே வந்து என் ஜன்னலில் முழு உருவமடைந்து பின் மீண்டும் சிறிதாகிச் சிறிதாகித் தென்கோடியில் சென்று மறைவார் என்ற கற்பனை எனக்குள் ஓடிக் கொண்டிருந்தது.

அதிகாலையில் பகலவனின் ஆதிக்கத்தில் இருந்தது வானம். கூட்டங்கூட்டமாக பறவைகள் வடக்கிலிருந்து தெற்கு நோக்கி பறந்து கொண்டிருந்தன. விதவிதமான பறவைகள். பறவைகளை அப்பொழுதுதான் முதன்முதலாகப் பார்ப்பது போன்ற ஆச்சரியம் எழுந்தது. யெஸ்.இராமகிருஷ்ணனும் மனித உருவில் உள்ள பறவை என்று தோன்றியது. இறக்கை இல்லாமல் அவரால் பறக்க முடிகிறது. ஆனால் அவர் பறக்கவில்லை, வானில் மிதந்து செல்கிறார். என் நினைவுகளை ஊடறுக்கும் வகையில் திடீரென அவர் என் பார்வைக்கு மிக அருகில் தோன்றினார். ஒரு புள்ளியிலிருந்து பெரிதாகிக்கொண்டே வருவதைப் பார்க்கும் என் விருப்பம் கைகூடவில்லை. அவர் எந்தப் புள்ளியிலிருந்து தோன்றினார் என்பதை என்னால் அறிய முடியவில்லை.

மிக அருகில் என்னைக் கடந்து சென்றவரை நேற்றுபோலவே கைதட்டி, “சார்” என்றேன்.

மெதுவாக கழுத்தை மட்டுமே திருப்பி என்னைப் பார்த்தார். அப்பொழுது ஒரு காகம் அவர் தோளுக்கு மேலாக காதுக்கு மிகஅருகில் பறந்து அவரைக் கடந்தது. வான்வெளியில் யெஸ்.இராமகிருஷ்ணனின் சஞ்சாரத்தைக் கண்டு பறவைகள் பதட்டமடையவோ எச்சரிக்கையுணர்வு கொள்ளவோ இல்லை

என்பது ஆச்சரியமாக இருந்தது. திரும்பிப் பார்த்த அவர் முகத்தில் மெல்லிதான ஒரு புன்னகை அரும்பியிருந்ததாகத் தோன்றியது. அதிகாலைச் சூரியன் மிகச்சரியாக அவர் தலைக்குப் பின்புறம் வந்திருந்தது. ஆரஞ்சு நிறத்திலிருந்த சூரியன் அவரைக் கருப்புமை நிரப்பப்பட்ட கோட்டோவியமாகக் காட்டியது.

என் குரலுக்கு அவர் திரும்பிப் பார்த்தபோது மேற்கொண்டு என்ன பேசுவதென்று சட்டென தோன்றவில்லை. திரும்பிப் பார்த்தபோதும் அவர் உருவம் நகர்ந்தபடியேதான் இருந்தது. நிற்கவில்லை. பறவைகளால் வானவெளியில் ஓரிடத்தில் நிற்க முடியுமா என்ற கேள்வி எழுந்தது. ஓரிடத்தில் நிற்க இயலாத ஒரு மனிதன் அல்லது மனிதப்பறவை அல்லது பறவை மனிதன். இதில் எது சரி என்பதை என்னால் அறுதியிட்டுச் சொல்ல முடியவில்லை. எத்தனையோ நிச்சயமற்றவைகளைப் போலவே இதுவும் என்றெண்ணிக் கொண்டேன். (நிச்சயமற்ற தன்மை என்பது பொருள் சார்ந்ததா, பார்வை சார்ந்ததா அல்லது காலம் சார்ந்ததா என்று நீங்கள் இப்பொழுது இடைமறிக்கலாம்; மறிக்கவேண்டும்.)

அவரிடம் கேட்பதற்கென்று இத்தனை நாளும் பலப்பல கேள்விகளைச் சேகரித்து வைத்திருந்தேன். பலவற்றிற்கு நானே பதில்சொல்லியும் பார்த்துக் கொண்டிருந்தேன். ஒரே கேள்விக்கு ஒவ்வொரு நாளும் வெவ்வேறு பதில்களைக் கண்டடைவது மிகுந்த சுவாரசியத்தை கொடுத்துக் கொண்டிருந்தது. என்னுடைய சில பதில்கள் மேலும் சில உபகேள்விகளை உற்பத்தி செய்தவண்ண மிருந்தன. இப்படி கேள்விகளால் நிரம்பிவழியும் என் ஞாபகப் பதிவிலிருந்து எந்தக் கேள்வியை முதலில் கேட்பது எனச் சட்டென்று தோன்றாததால் என்னால் எதுவும் கேட்கவியலாமல் போய்விட்டது.

பெயரைக் கேட்பது அந்தச்சூழலில் அபத்தமானதாகத் தோன்றியது. ஒவ்வொரு காகத்திற்கும் ஒவ்வொரு குயிலுக்கும் தனித் தனியாக பெயரில்லாததைப் போலவே இவருக்கும் தனியானதொரு பெயர் இல்லாமலிருக்கும் என்றொரு பதிலையும் நான் ஏற்கனவே தயாரித்து வைத்திருந்தேன். இதுபோன்றவர்களுக்குக் காலம்தான் பெயரிடும் என்றும் அவர்களாகவே தங்களுக்குப் பெயரிட்டுக் கொள்வதில்லை யெனவும் அந்தப் பதிலுக்கு நான் நியாயம் கற்பித்திருந்தேன். நமக்கெல்லாம் தனித்தனியாகப் பெயர்கள் இருப்பதாலேயே நாம் பறக்க முடியாதவர்களாக இருக்கிறோம் என்று எனக்கு நானே சொல்லிக் கொண்டேன்.

நாள் முழுவதும் யோசித்து யோசித்து முதன்மையாகக் கேட்கலாமென்று ஒரு கேள்வியை தெரிவு செய்திருந்தேன்.

"நீங்கள் யார்? தினமும் எங்கிருந்து புறப்பட்டு எங்கு சென்று திரும்புகிறீர்கள்?"

"என் புதிய ஸ்நேகிதன் கௌதமபுத்தனை தேடிச் சென்று கொண்டிருக்கிறேன்"

நான் யோசித்தே பார்த்திராத இந்த பதில் என்னை குழப்பத்தில் ஆழ்த்தியது.

"புத்தனைப் பார்த்தீர்களா?"

"பத்மவிகாரையில் இருநூற்றுப் பதிமூன்று பிக்குகள் தலைவேறு உடல்வேறாக துண்டாடப்பட்டுக் கிடக்கிறார்கள்"

எனக்குள் மெலிதானதொரு நடுக்கம் தோன்றியது. யெஸ்.இராம கிருஷ்ணன் கால யந்திரத்தில் பயணம் செய்பவரோ என்றவொரு எண்ணம் மின்னலெனத் தோன்றி மறைந்தது. அன்று மேற்கொண்டு எதுவும் பேசவில்லை.

மறுநாள் "செய்தித்தாள் ஏதேனும் கிடைக்குமா" என்று கேட்டார். என்னைப் போலவே அவரும் காலையில் தினசரி வாசிப்பவராக இருப்பது என மனவிலக்கத்தைச் சற்று குறைத்தது. அவருக்கு செய்தித் தாள் எந்தவகையில் பயன்படப் போகுமென்று தெரியவில்லை. அவர் மிதந்தலையும் வான்வெளி பற்றிய செய்திகள் அரிதாகத்தான் வருகின்றன. அவைகளும் சுவாரசியமென்று சொல்ல முடியாது. எப்போதாவது வானூர்தி வெடித்துச் சிதறலாம். பலி எண்ணிக்கை கூடுதலாக இருந்தால் சற்று ஆர்வத்துடன் வாசிப்பேன். ஓரிருவரை காவு வாங்கும் விமானப்படை ஹெலிகாப்டர் விபத்துகள் என்னை அவ்வளவாகக் கவர்வதில்லை. தவிரவும் செய்தித்தாள்கள் எனக்கு மலமிளக்கியாகவும், மலமிறக்கியாகவும் உருமாறி விட்டிருந்ததை சமீபத்தில்தான் அறிந்துகொண்டேன். பீ வாங்கியில் (தமிழ் எழுத்தாளர் பெருமாள் முருகன் என்பவர் இப்படியாகத்தான் இதற்குப் பெயர் சூட்டியிருக்கிறார்) உட்காரும்போது செய்தித்தாளையோ அல்லது ஏதேனுமொரு புத்தகத்தையோ ஐந்து நிமிடம் வாசித்தால்தான் எனக்கு குடலில் மலம் இளகிக் கொடுக்கும்.

மாலையில் அவர் திரும்பும்போது காலையில் நான் கொடுத்த அதே செய்தித்தாளை வாசித்தபடி வந்தார். ஒரு தினசரியை நாள் முழுவதும் வாசிக்க முடியுமா என்றிருந்தது. நாயர் டீக்கடையாக இருந்திருந்தால் இந்நேரம் அது எத்தனை பஜ்ஜி, போண்டாக்களைச்

சுமந்திருக்கும் என்றிருந்தது.

"செய்திகள் வாசித்து முடியாதவை. தினசரிகளின் செய்திகள் ஒரு தொடர்கதையின் தன்மையுடையன. செய்திகளின் தொடர்ச்சியை நான் கண்டு கொண்டேன். நாளைய செய்தி என்னவாக இருக்கும் என்பது இன்றே எனக்குள் சேகரமாகத் தொடங்கி விடுகிறது. அது சரியாக இருக்கிறதா என்பதை மட்டுமே அன்றாடம் சரிபார்த்துக் கொள்கிறேன்" என்றபடி அன்றைய செய்தித்தாளைத் திருப்பிக் கொடுத்தார்.

வானவீதியில் அன்றாடம் தான் கண்டுரசிக்கும் காட்சிகளைப் பற்றி அவர் சொல்லுவார் என்று எதிர் பார்த்தேன். அவரோ செய்தித் தாள்களைப் பற்றியும் செய்திகளைப் பற்றியும் பேசிக்கொண்டிருந்தார். வான்வெளியின் பிம்பங்களும், மாயைகளும், யார்யாரெல்லாம் அங்கு வசிக்கிறார்கள் என்பதும் என் கற்பனைக்கு அகப்படாததால் என்னால் அவை பற்றிய கேள்விகளைத் தயாரிப்பதுகூட இயலாததாக யிருந்தது.

வேதாளக்கதைகளிலும், மகாபாரதத்திலும் நிகழ்ந்ததாகச் சொல்லப் படும் விந்தைமிகுந்த உலகத்தில் அவர் தினமும் சஞ்சரித்துத் திரும்புகிறாரோ என்றிருந்தது.

மறுநாள் காலை ஐன்னலருகே நின்று தேநீர் அருந்திக்கொண்டிருந்தபோது அவர் தோன்றினார்.

"தேநீர் அருந்துகிறீர்களா?"

"தினசரி வாழ்வின் அளவுகோல்களால் என்னை நீங்கள் மதிப்பீடு செய்வதால்தான் இப்படியொரு அபத்தமான கேள்வியை என்னைப் பார்த்து கேட்டிருக் கிறீர்கள்" என்றார்.

இந்த பதிலை என்னால் விளங்கிக்கொள்ள இயலவில்லை. காலையில் புத்துணர்ச்சிக்காகத் தேநீர் அருந்துவது தினசரி வாழ்விலிருந்து நான் எடுத்துக்கொண்ட அளவுகோல்களின்படியா நடக்கிறது.

"இது எனக்கு புத்துணர்ச்சி அளிக்கிறது"

"புத்துணர்ச்சி என்பது நீங்கள் கண்டு பிடித்ததா?"

"எனக்கு நினைவுதெரிந்த நாளிலிருந்து இப்படித்தான் பல்துலக்கியதும் தேநீர் அருந்தி வருகிறேன்"

"நினைவு தெரிந்த நாளுக்கு முன்பிருந்தே அளவுகோல்கள் இருந்து வருவதை நீங்கள் அறிவீரா? இந்தப் பொது அளவுகோலை உருவாக் கியது யார் என்பது உங்களுக்குத் தெரியுமா? நூற்றாண்டுக்கு முன் இந்த அளவுகோல் உருவாக்கத்தில் கொடூரமாகப் பலியிடப்பட்ட

அப்பாவிகளைப் பற்றி தெரியுமா? நீங்கள் கடைபிடிக்கும் எத்தனையோ பழக்கங்களை எந்த அளவீட்டைக் கொண்டு நீங்கள் பழக்கப்படுத்தப் பட்டிருக்கிறீர்களோ அற்த அளவீடுகளெல்லாம் எங்கிருந்து வந்ததென்றும் எவ்வாறு பொதுமைப்படுத்தப்பட்ட தென்றும் அல்லது பொதுமைப்படுத்தப்பட்ட வேளையில் மிதித்துக் கொல்லப்பட்டவைகள் பற்றியும் நீங்கள் அறிவீரா? அறிந்திருந்தால் இந்த தேநீரை விருந்தோம்பலின் அடையாளமாக எனக்கு அளிக்க முன்வந்திருக்க மாட்டீர்கள்"

ஒரு கோப்பை தேநீரின் பின்னால் உள்ள குருதி கொப்பளிக்கும் வரலாறு எனக்கு எதுவும் தெரியாது. எனக்குத் தெரிந்ததெல்லாம் என் குடியிருப்புக்குக் கீழே சாலையோர புளியமரத்தடியில் கொட்டகை போட்டு டீக்கடை நடத்திவரும் சேட்டனைத் தான். பாலக்காட்டுக்குப் பக்கத்திலிருந்து நாற்பது நாற்பத்தந்து வருடங்களுக்கு முன் கோயம்புத்தூருக்கு வந்த சேட்டன் டீ ஸ்டால் வைத்து இப்பொழுது சொந்தமாக ஒரு வீடு வாங்கியிருப்பது தெரியும். (பறவைகளைப் போலவே சேட்டனின் பெயரும் எனக்குத் தெரியாது; யாருக்கும் தெரியாது. சேட்டன், அவ்வளவுதான்) நான் முதன்முதலில் காசு கொடுத்து டீ சாப்பிட்டது சேட்டனின் கடையில்தான். சேட்டனின் பேச்சும் வியர்வையும் அந்த டீயில் கலந்திருப்பது போலத் தோன்றும். அப்படியானதொரு உறவு சேட்டனின் டீக்கும் எனக்கும் உருவாகியிருந்தது. 'மதுரம் கொறச்சலா ஒரு சாயா' என்கிற சேட்டனின் குரல் இன்னமும் என் காது மடலோரத்தில் உட்கார்ந்து கொண்டிருக்கிறது. எனக்குத் தெரிந்து இத்தகைய பின்னணியுடைய ஒரு தேநீரைத்தான் 'அருந்துகிறீர்களா' என்று யெஸ்.இராமகிருஷ்ண னிடம் கேட்டது. அடிக்கோல் தவிர அவர் சொன்ன மற்ற அளவு கோல்களைப் பற்றி நான் அறிந்திருக்கவில்லை.

"காலனிய மனம் சிருஷ்டித்த உலகை விலக்கி வாருங்கள்" என்றபடி வழக்கம்போலவே தெற்கு நோக்கி நகர்ந்து, பின் மறைந்து போனார்.

அவர் ஒவ்வொரு நாளும் சொல்லும் கதைகளை கேட்கக்கேட்க எனக்கும் வானவெளியில் நடக்க வேண்டும் என்கிற அவா அதிகரித்தபடியிருந்தது. கடுந்தவத்தின் வரமாக அது இருக்கும் பட்சத்தில் என்னால் அப்படி நடப்பது சாத்தியமாகுமா என்கிற ஐயமும் கூடவே எழுந்தது. நான் கேட்பதற்கு முன் அவரே ஒருநாள் கேட்டார்.

"ஜன்னலைவிட்டு இறங்கி வாருங்கள். கொஞ்சதூரம் பேசியபடியே நடக்கலாம்"

ஜன்னலுக்கு கீழே பார்த்தபோது கணக்கிலடங்கா வாகனங்களும், மரங்களும், மனிதர்களும் நிறைந்திருப்பதைக் கண்டேன். லேசான நடுக்கம் வந்தது. ஒரு எலும்புகூட மிஞ்சாது என்று தோன்றியது. இமை மூடித்திறப்பதுபோல் மரணம் வந்துவிட்டால் நல்லது. இழுத்துக் கொண்டு கிடந்துவிட்டால்? அந்தரவெளியில் நடக்கும் எண்ணத்தை மாற்றிக் கொண்டவனாக நின்றிருந்தேன்.

என் தயக்கத்தை புரிந்துகொண்டவராக, "ஒரு அடி எடுத்து வைத்துவிடுங்கள். பிறகு எல்லாமே சுலபமாகத் தோன்றும். முதல் அடி எடுத்து வைப்பதிலுள்ள தயக்கத்தை உதறிவிட்டு வாருங்கள்"

அவர் மேற்கொண்டு என்னை கட்டாயப்படுத்தவில்லை யென்றாலும் எனக்குள் கட்டுப்படுத்தப்பட முடியாத ஆவல் பெருகி என்னை உந்தித்தள்ளிக் கொண்டேயிருந்தது.

"உங்களைப் போலவே நானும் முதலில் தயங்கினேன். இது நீந்துவது போல சுலபமானது"

மனத்துணிவை வரவழைத்துக்கொண்டு மெதுவாக வான்வெளியில் என் முதல் அடியை எடுத்து வைத்தேன்.

ஆஹா...

நான் ஆகாச வெளியில் நிற்கிறேன்.

நான் கீழே விழுந்துவிடவில்லை.

குனிந்து பார்த்தபோது சற்றே வயிறு கலங்குவது போல் தோன்றியது.

சுற்றிலும் பார்த்தபோது ஆகாசம் தொடக்கமும் முடிவுமற்றதாக விரிந்திருந்தது. சூரியன் ஒன்றே திசையறிவிக்கும் பற்றுக் கோலாயிருந்தது. அதுவும் ஒரு கற்பிதம் என்றார் யெஸ்.இராமகிருஷ்ணன்.

"நீங்கள் கிழக்கு என்று சொல்வதை இன்னொருவர் மேற்கு என்கிறார்... நீங்கள் இடது என்பதை மற்றவர் வலது என்கிறார்..." என்றபடி அவர் மெதுவாக நடந்து என் ஜன்னலை நோக்கி போனார். அவர் முகம் மாறிக்கொண்டிருந்தது. சட்டெனப் பேச்சு தடைப்பட்டது போன்ற கனத்த மௌனம் எங்களுக்குள் நிலவியதை உணர்ந்தேன். அச்சம் தரும் மௌனமாக அது உருமாறிக் கொண்டிருந்தபோது நான் சற்றும் எதிர்பாராத வகையில் அவர் என் அறைக்குள் சென்றுவிட்டார்.

நானும் ஜன்னலை நோக்கி நகர்ந்தபோது ஜன்னல் பின்னோக்கி நகர்ந்தவண்ணமிருந்தது.

அவர் என் ஜன்னலின் விளிம்புக்கு வந்து, "நான் மிகுந்த பிரயத்தனப்பட்டு ஆகாசவெளியில் நடக்கப்பழகினேன். ஆனால் ஆகாசவெளி மிகுந்த ஆயாசமூட்டுவது. சலிப்படையச் செய்வது. பறவைகள் கூட்டங்கூட்டமாக சஞ்சரித்துத் திரியும் இந்த எல்லையற்ற வெளியில் தனிமனிதனாக ஜீவிக்க முடியாது. சகிக்க முடியாததாய் இருக்கிறது இந்த ஆகாசவெளியின் தனிமை. ஜனத்திரளுக்குள் அலைந்து திரியவேண்டும் என்ற வேட்கை எனக்கு நாளுக்குநாள் பெருகிக்கொண்டேயிருக்கிறது. பகிர்ந்துகொள்ள முடியாத அனுபவங்களின் பெட்டகமாய் நான் ஊதிப்பெருகிக் கொண்டேயிருக்கிறேன். நீங்கள் குறிப்பிட்ட சேட்டன் கடையில் தேநீர் அருந்தவேண்டும் போலுள்ளது. கூடவே கடித்துக்கொள்ள போண்டாவும் பஜ்ஜியும் கிடைக்குமல்லவா?"

எனக்குள் பயம் கூடிக்கொண்டே போனது.

"நான் மீண்டும் என் அறைக்குள் வர முடியாதா?"

"இனி ஒருபோதும் நீங்கள் உங்கள் அறைக்குத் திரும்ப முடியாது. எனக்கு நீங்கள் வந்ததைப் போல உங்களுக்கென்று ஒருவர் வரும்வரை வானசஞ்சாரியாக இருங்கள்"

மேற்கொண்டு என்னிடம் பேச்சை வளர்க்க விரும்பாதவராக ஜன்னலை மூடிக்கொண்டு விட்டார். கடைசிவரை அவர் பெயரைக் கேட்காமல் விட்டுவிட்டோமே என்று வருத்தமாக இருந்தது.

இரண்டாவது கதை : தழுவிப்பிறந்த குழந்தை
பறவைகளின் சாலையில் சுங்கச்சாவடி

மேற்கொண்டு என்ன செய்வதென்று தோன்றவில்லை. என்னையறியாமல் எனது கால்கள் தெற்கு நோக்கி இழுபடத் துவங்கின. அனிச்சையாக என்னுடல் நகர்ந்து கொண்டிருந்தது. திகிலூட்டும் ஒரு பயணத்தை துவங்கியிருப்பதான அச்சம் சூழ்ந்துகொண்டது. மலஜலம் கழிப்பது எங்ஙனமெனப் பயம் வந்தது. வானவீதியில் மலஜலம் கழிப்பது பற்றிய விநோத சித்திரம் ஒரு கணம் தோன்றி மறைந்தது. மலமிளக்கியை (செய்தித்தாள்) உடன்

கொண்டு வராதது கவலை கொள்ள வைத்தது. பசித்தால் என்ன செய்யப்போகிறேன்? தாகம் தணிப்பது எவ்விதம்? எதுவும் விளங்காததொரு பயணத்தை, எதற்கும் யாரிடமும் எதுவும் கேட்கமுடியாததவொரு பயணத்தை மேற்கொண்டிருக்கிறேன் என்பது என் திகிலை மேலும் மேலும் பெருக்கிக் கொண்டே போனது.

நேரம் செல்லச்செல்ல சற்று நிதானப்பட்ட வனாக உணர்ந்தேன். ஒரு சுவாரசியம் வந்து ஒட்டிக்கொண்டது போலிருந்தது. நான் எங்கு சென்றுகொண்டிருக்கிறேன் என்ற கேள்விக்கு என்னால் திட்டவட்டமான பதிலைச் சொல்ல முடியவில்லை.

யெஸ்.இராமகிருஷ்ணன் சொன்ன கதையிடங்கள் நினைவுக்கு வந்தன. நினைவிலிருந்து பல்வேறு பெயர்களும் காட்சிகளும் குமிழ் குமிழாக மேலெழுந்து வந்தன. குறுக்குமறுக்காக பிம்பங்கள் அலைவுற்றபடியிருந்தன. குமிழிகள் மேலே வரவர பெரியதாகிக் கொண்டே வந்தன. குமிழிகளைக் கைக்கொள்ளும் என் முயற்சிகள் தோற்றபடியிருந்தன. பெரிதான குமிழிகள் ஆகாச வெளியில் கலந்து மறைந்தன. ஆகாச வெளியில் குமிழிகளும் குமிழிக்குள் ஆகாசவெளியுமாயிருந்தது. ஆகாசவெளிதான் குமிழிக்குள் அடைபட்டுக் கிடப்பதாகவும் தோன்றியது.

வானவெளியில் நான் விரும்பிய பாதையில் செல்கிறேனா அல்லது நான் செல்லும் பாதை எனக்கு விருப்பமானதாயிருக்கிறதா என்று அறுதியிட்டுக் கூறமுடியவில்லை. மாலையில் நான் தெற்கிலிருந்து வடக்காகத் திரும்பியபோது என் அறையின் ஜன்னல் மூடியிருப்பதைப் பார்த்தேன். அது இனி ஒருபோதும் திறக்காதோ என்றிருந்தது.

காலையிலிருந்து பசிக்காததும் மலஜலம் கழிக்கும் உந்துதல் எழாமல் இருந்ததையும் ஆச்சரியத்துடன் கவனித்தேன். இருள் அடர்ந்து வந்தபோது அது என்னையும் போர்த்திக்கொண்டு விட்டதை உணர்ந்தேன். இருளுக்குள் நான் கரைந்து காணாமல் போய்விட்டதாக தோன்றியது. என் ஸ்தூல சரீரத்தை என்னால் பார்க்க முடியவில்லை. அரூப மனிதனாகி விட்டேனா?!

மறுநாளும் அதற்கு மறுநாளும் வெவ்வேறு திசைகளில் பயணித்துக் கொண்டிருந்தேன். திசை மயக்கமும் இருந்தது. ஆனால் மாலையில் மிகச்சரியாக என் ஜன்னல் இருக்கும் வழியாகவே திரும்பினேன். என் பிரயத்தனம் ஏதும் இல்லாமலேயே திரும்புதல் பயணம் இருந்ததை இரண்டாம் நாள் கவனித்தேன். அப்பொழுதும்

ஜன்னல் மூடியபடியே இருந்தது.

பறவைப்பார்வையில் இந்த பூமியைப் பார்ப்பது மெல்ல அலுப்பூட்டுவதாக மாறிக்கொண்டிருந்தது. ஒரு மனிதனின் பறவைப் பார்வை தட்டையானது. முப்பரிமாணம் அற்றது. வட்டமாகத் தேய்க்கப்பட்ட சப்பாத்தி மாவின் நினைவு வந்தது. கண்பார்வையின் வல்லமை போதாமலிருந்தது. பிரம்மாண்ட பரப்பில் விரிந்திருந்த நீர்நிலைகள் நசுங்கிய அலுமினியத் தட்டுபோல் தோற்றம் கொண்டிருந்தன. இடங்களின் அடையாளங்களும் பெயர்களும் மறந்துவிட்டது போலிருந்தது.

எத்தனை நாள் ஆயிற்று நான் வானசஞ்சாரியாகி? இன்று தேதி என்ன? சம்பள தேதி முடிந்துவிட்டதா? எனில், யார் வாங்கியிருப்பர் என் சம்பளத்தை? வீட்டுக்காரரர் வாடகை கேட்டு வந்து கதவைத் தட்டி தட்டிச் சலித்துத் திரும்பியிருப் பாரோ? ஒருவேளை என் அறையை விட்டு நீங்கும்போது யெஸ்.இராமகிருஷ்ணன் வெளிப்புறமாய்த் தாளிட்டு சென்றிருப்பாரோ?

எதையும் யாரிடமும் பகிர்ந்துகொள்ள முடியாத வான்வெளியின் தனிமை என்னை மௌனியாக்கியது. பறவைகள் ஒலியெழுப்பிக் கொண்டே பறப்பது போல் என்னால் எதையாவது பேசிக்கொண்டும் பாடிக்கொண்டும் பயணிக்க முடியாது என்று தோன்றியது. அப்படியானதொரு செய்கை என் தனிமையின் வீரியத்தைச் சற்றுக் குறைக்கலாம். என் குரலின் சமிக்ஞை பெற்று ஜன்னல் திறக்கக் கூடுமென நம்பிக்கை பிறந்தது. யெஸ்.இராமகிருஷ்ணனிடமிருந்து எத்தகைய சமிக்ஞையைப் பெற்று முதன்முதலில் அவரை நான் பார்த்தேன் என்று நினைவுக்கு கொண்டுவர முயற்சித்தேன்.

அவரை முதன்முதலாகப் பார்த்ததிலிருந்து நான் வானசஞ்சாரியாகும் வரைக்குமான காலம் எத்தனை நாட்கள்? தோராயமாகக்கூட கணக்கிடமுடியாதபடி நினைவுச்சறுக்கல் கொண்டிருந்தேன். புதிர்களின் கண்ணிகளைக் கோத்துக் கோத்து என் ஜன்னலை எட்டிவிட முயற்சித்த பிரயத்தனங்கள் யாவும் கடைசி நொடியில் தோற்றபடியிருந்தன. நிலத்தில் கால் பாவும் விருப்பம் பெருகிக்கொண்டேயிருந்தது.

வெளிப்புறம் ரசம் பூசப்பட்ட கண்ணாடித் தொட்டிக்குள் திரியும் மீனாக அலைவுறும் என்னால் தற்கொலை செய்துகொள்வதுகூட இயலாது என்பது மிகுந்த துயரமளிப்பதாக இருந்தது.

நீர்மார்க்கத்தையும் நிலமார்க்கத்தையும் விடவும் வான்மார்க்கம்

விரைவில் ஓரிடம் கொண்டு சேர்க்கும் என்றாலும் நான் வெகு தொலைவு பயணித்துவிடாதபடிக்கு ஒரு மாயக்கயிறு என்னை என் ஜன்னலுடன் பிணைத்திருப்பதாகத் தோன்றியது. அதன் நீளம் எவராலோ அளந்து வைக்கப்பட்டிருக்க வேண்டும். கண்ணுக்குத் தெரியாத ஒரு கயிறை எங்ஙனம் அறுத்துக் கொள்வதென்றும் விளங்கவில்லை. தினசரி வாழ்வின் அளவு கோல்களால் அளந்து வைக்கப்பட்டுள்ளதா இக்கயிறு? என் கையால் இரண்டு முழம் அளந்தெடுத்து கழுத்தில் இறுக்கிக்கொள்ள முடியாதா? தற்கொலைக்கும் உதவாத இக்கயிற்றினால் ஆகப்போவதென்ன? எல்லாத் திசைகளிலும் எல்லா வழிகளும் திறந்திருப்பது போலவும், சுதந்திரம் கட்டவிழ்த்து விடப்பட்டது போலவும், ஆதியந்தம் அற்றது போலவும் தோற்றம் கொண்டிருந்த வானவீதி பின்னொரு கணத்தில் அவ்வழிகளல்லாம் அடைப்பட்டு கிடப்பது போலவும், வட்டப்பாதை போலவும் தோற்றம் தந்து கொண்டிருந்தது.

இந்தத் தோற்றம் பல்லாயிரம் துகள்களாக நொறுங்கிச் சிதறும் நாளுக்கு மிக அண்மையில் என் ஜன்னல் திறந்து ஒருவன் எட்டிப்பார்த்தான்.

அவன் கீழே குனிந்து பார்த்தானேயொழிய தலைநிமிர்த்தி என்னை பார்த்தானில்லை. அவனது கவனத்தை ஈர்க்கும் உபாயமொன்றும் அறியாதவனாகயிருந்தேன். எங்களிருவருக்கும் இடையிலான உரையாடலின் ஆதிச் சொல்லை அவன் மட்டுமே அறிந்தவனாகத் தோன்றினான்.

எனது அறை இப்பொழுது வர்ணம் மாறியிருந்தது. தரையெங்கும் முழங்கால் உயரத்திற்கு புத்தகங்கள் அடுக்கப்பட்டிருந்தன. அதனூடாக வாசலுக்கும் கழிப்பறைக்கும் செல்வ தற்கான ஒற்றையடிப்பாதையை உருவாக்கி வைத்திருந்தான். புத்தகக் கட்டுகள் அவனுக்கு அமரும் ஆசனமாகவும் இருந்தது. நான் பார்த்துக் கொண்டிருக்கும் போதே புத்தகங்களை ஒரு துணிப்பையில் நேர்த்தியாக அடுக்கிக் கொண்டிருந்தான். பின் வலிமையான அதன் காதுகளைப் பிடித்துத் தூக்கியபடி வெளியேறினான். இத்துணை கனமான புத்தகப்பையை அவன் தினமும் ஆறாவது தளத்திற்கு ஏற்றி இறக்கிக்கொண்டிருக்கிறான் என்பது மலைப்பாக இருந்தது.

மூன்றாவது நாள் அவன் முதன்முறையாக என்னைக் கண்ணுற்றான். நிலைகுத்திய பார்வையும் திறந்த வாயுமாக உறைந்திருந்தான். சற்று தூரம் சென்று திரும்பி பார்த்தபோது

ஜன்னலில் திரைச்சீலை தொங்கியது. திரைச்சீலையின் கண்கள் வழியாக அவன் பார்த்துக் கொண்டிருக்கக்கூடும் என்று பட்டது.

மறுநாளுக்கு மறுநாள் அவன் திரைச்சீலையை விலக்கி என்னை நோக்கி கையசைத்தான். அது அழைப்பின் பாவனையாக இல்லாமல் முகமன் கூறுவதான தோற்றத்திலிருந்ததை அறிந்தவனாக நானும் பதிலுக்கு கையசைத்தேன். நம்பிக்கையின் ஒளிக்கீற்று என்னைத் தாண்டி எனதறைக்குள் பாய்ந்தபோது நாங்கள் ஒருவருக்கொருவர் அறிமுகம் செய்துகொண்டோம்.

அவனொரு புத்தக வியாபாரி. பெயர் மணி. புத்தகங்களைத் தூக்கிக்கொண்டு ஊர்ஊராக அலைபவனாகயிருந்தான். மிதிவண்டி ஒன்றை சொந்தமாக வாங்கிவிடவேண்டுமென்பது அவனது உடனடிக் கனவாகயிருந்தது. வாடிக்கையாளர்களைப் பெருக்கி வியாபாரத்தை சற்று விஸ்தரித்துக் கொள்ளவும் அது அவனுக்கு தேவைப்பட்டது.

புத்தக விற்பனை பற்றி கேட்டபோது, 'தேடிப்போனா மதிக்க மாட்டேங்குறாங்க' என்பது அவனது குறையாக இருந்தது. மாநாடுகள், கலை இரவுகள், கட்சிக்கூட்டங்கள், நூல் வெளியீட்டு அரங்குகள், மாதாந்திர இலக்கியக்கூட்டங்கள் ஆகியவற்றில் கூட்டத்தின் நாடித்துடிப்புக்கு ஏற்ற புத்தகங்களை தரையிலோ பெஞ்சியிலோ பரப்பி விற்பவனாக இருந்தான். இலக்கிய வட்டாரத்தில் பெரும்புள்ளிகளைத் தெரிந்து வைத்திருந்தான். அவனிடம் புத்தகம் வாங்கிய பிரபல எழுத்தாளர்களின் பெயர்களைக் கடகடவென்று ஒப்பித்தான். இருந்தாலும் வேறு ஸ்திரமான வேலை தேடிக்கொள்ள வேண்டும் என்பதுவும் அவன் தொலைநோக்கு பார்வையாக இருந்தது.

அவனிடம் நான் வானசஞ்சாரியான விதத்தைப் பற்றி விவரித்தேன். அதைகேட்ட அவன் "நீங்கள் சொல்வதை இதற்கு முன் எங்கேயே கேட்டிருக்கிறேன்" என்றான்.

எனக்கு ஆச்சரியமாகயிருந்தது. எனக்கு மட்டுமேயான இந்த அனுபவத்தை யார் இவனிடம் சொல்லியிருக்க முடியும். இலக்கியக் கூட்டமொன்றில் இதுபோன்றதொரு நிகழ்வைப் பற்றி விவாதம் நடந்ததைத் தான் அரைகுறையாகக் கேட்டதாகச் சொன்னான். யார் பேசினார்கள் என்பது அவன் நினைவில் இல்லை.

இப்பொழுதெல்லாம் அதிகாலையில் அவன் தன் ஜன்னலைத் திறப்பதற்கு முன்னமே நான் வந்து காத்திருக்கத் துவங்கிவிட்டேன். அவனுக்கும் வானசஞ்சாரியாகும் எண்ணம் கூடிக்

கொண்டிருந்ததை உணர்ந்தேயிருந்தேன். வானசஞ்சாரியாக வாழ்வது சலிப்பூட்டக்கூடியது என்பதையும் அவனும் அறிந்திருந்தான்.

“எனக்கும் உங்களைப் போல வானவீதியில் நடக்க ஆசைதான். ஆனால் அங்கேயே வாழ்நாளைக் கழிப்பது பற்றி என்னால் கற்பனை செய்தும் பார்க்க முடியவில்லை”

“ஒருநாள் நீயும் மறுநாள் நானும் என முறைவைத்து வானவீதியைப் பகிர்ந்து கொள்ளலாமா?” என்று நான் யோசனை சொன்னபோது அவன் அவநம்பிக்கையுடன் புருவம் சுருக்கி என்னைப் பார்த்தான்.

என்னை இங்கு ஏற்றிவைத்துவிட்டுப் போனவர் ஏன் திரும்பவும் என்னைப் பார்க்க வரவில்லை என்று கேட்டான். வானவீதி பற்றி அவனுக்கு இதுநாளும் சொன்னதில் நான் சில சூட்சும முடிச்சுகளை மறைத்துவிட்டதாக அவன் நினைத்துக்கொண்டிருக்கிறான் என்பது விளங்கியது. அவனது நம்பிக்கையைப் பெற என்ன செய்யவேண்டும் என்று யோசிக்கலானேன்.

இரண்டு நாட்கள் போல அவன் என்னிடம் எதுவும் பேசவில்லை. என் யோசனைக்கு அவனிடமிருந்து இன்னும் பதில் வரவில்லை. அவகாசம் கொடுப்பதென்று தீர்மானித்தேன். கிடைத்திருக்கும் ஓர் அரிய வாய்ப்பை நழுவவிட நான் விரும்பவில்லை. தவிரவும், முறைவைத்து வானவீதியைப் பகிர்ந்து கொள்ளும் திட்டத்தை நான் முன்மொழிந்ததில் எவ்வித உள்நோக்கமும், ஏமாற்றும் எண்ணமும் எனக்குக் கிடையாது என்பதையும் நீங்கள் அறிந்துகொள்ள வேண்டும்.

மௌனம் கலைத்தவனாக ஒரு நாள், “சொர்க்கத்துக்கு போக உத்தரவாதம் தருகிறேன், உடனே தற்கொலை செய்துகொள்ளுங்கள் என்று சொன்னால் எத்தனை பேர் முன்வருவார்கள்?” என்றான். என்னிடம் பதில் இல்லை. கேள்வியின் நோக்கம் குறித்தான எண்ணம் எனக்குள் ஓடியது.

என்மீது நம்பிக்கை கொள்வது பற்றிய தயக்கம் அவனுக் கிருந்தாலும் வானசஞ்சாரத்தை விரும்புகிறவனாகவும் இருந்தான். நாளடையில் எனது சாட்சியங்களையும் விவரிப்பு ‘களையும் நம்புகிறவனாக மாறிக்கொண்டிந்தான். நான் ஏமாற்றிவிடுவேன் என்கிற சந்தேகம் முற்றிலும் அற்றவனாக மாறியிருந்த ஒரு சுபயோக சுபதினத்தில் வான்வெளியையும் நிலவெளியையும் நாங்கள் முறைவைத்துப் பகிர்ந்துகொள்ளத் துவங்கினோம்.

எங்களுக்குள் புதியதொரு வெளிச்சம் பாய்வதாக உணர்ந்தோம். சிலசமயம் கூடுதலாக ஓரிருநாள் வான்வெளியில் சஞ்சரிக்க என் அனுமதி கேட்டு நடக்கத் துவங்கினான்.

இப்பொழுது வானசஞ்சாரத்தை வர்த்தக ரீதியில் யோசிக்கத் துவங்கியிருந்தோம். ஒருநாள் என் நண்பன் ஒருவனை அழைத்துவந்து காட்டினேன். செயல்முறைவிளக்கம் அவனுக்குத் திருப்தியளிப்பதாய் இருக்கவே மறுநாள் நானும் மணியும் அறையில் இருந்துகொண்டு அவனை வானேற்றினோம். மாலையில் திரும்பும்போது என் நண்பன் உள்ளம் பூரித்தவனாகக் கணிசமானதொரு தொகையை அன்பளிப்பாகத் தந்தான்.

மறுநாள் நண்பன் வேறொரு நண்பனை அழைத்துவந்தான். புதியவனுக்கு நான் வான்வெளியில் பிரவேசிப்பது ஏதோ கண்கட்டு வித்தை என்று தோன்றியதாம். குட்டிச்சாத்தான் கதைகளை அவன் மணியிடம் சொல்லிக்கொண்டிருந்தான். மந்திரித்து தாயத்து கட்டினால் எல்லாம் சரியாகிவிடுமென்றும், தான் அதற்கு ஏற்பாடு செய்வதாகவும் நண்பனின் நண்பன் சொல்லிச் சென்றான்.

மறுநாள் மணி அறைக்கதவை பூட்டிவிட்டு இலக்கிய மாநாடு ஒன்றுக்கு சென்றுவிட்டான்.

நான்கு நாட்கள் கழித்து திரும்பிவந்த மணி என்னை முதலில் இங்கு ஏற்றிவிட்டவர் பெயர் யெஸ்.இராமகிருஷ்ணன் என்ற தகவலை சொன்னான். வானசஞ்சாரம் குறித்த தன் அனுபவத்தைக் கதைகளாக எழுதியிருக்கிறார் என்றும் கூடுதல் தகவல் கொடுத்தான். அந்தப் புத்தகத்தை வாசித்து அதன்பால் பித்தானவர்களை தான் சந்தித்ததாகவும், அவர்களிடம் பறவைகளின் சாலையைக் காட்டுவதாக சொல்லியிருப்பதாகவும் மணி சொன்னான்.

யெஸ்.இராமகிருஷ்ணனின் வானசஞ்சாரக் கதைகளை வாசித்தவர்கள் தங்கள் வாசிப்பு அனுபவத்தை மாநாட்டில் விஸ்தாரமாக பரவசத்துடன் பகிர்ந்துகொண்டதாக மணி சொன்னான். அவ்விதமானர்களை இலக்காக வைத்து அவர்களை வானசஞ்சாரி களாக்குவதென்ற மணியின் யோசனை எனக்கும் பிடித்திருந்தது. சட்டச்சிக்கல் ஏதேனும் வந்துவிடுமோ என்ற என் ஐயத்தை மணி பொருட்படுத்தவில்லை.

பின்வந்த நாட்கள் எங்கள் வாழ்நாளில் மறக்க முடியாதபடியிருந்தன. பறவைகளின் சாலையில் நாங்கள் அமைத்த சுங்கச்சாவடி நல்ல வருமானத்தை நல்கியபடியிருந்தது. மணி இப்பொழுது புத்தக விற்பனையை நிறுத்தியிருந்தான். எங்கள்

வாடிக்கையாளர்களை மிகுந்த கவனத்துடன் தேர்ந்தெடுத்தோம். வருகிறவர்களையெல்லாம் வானேற்றிவிடக் கூடாது என்பதில் மிகுந்த கவனம் கொண்டிருந்தோம். மணிக்கு தாயத்து கட்டிவிடுவதாக சொல்லிச் சொன்றவர் பிறகு எங்களை தேடி வரவில்லை.

காலையில் ஒருவரை வானேற்றி அனுப்பிவைத்து விட்டால் நாங்கள் எங்கள் அறையைப் பூட்டிக்கொண்டு வெளியே சென்று விடுவோம். எங்களது அறை எப்பொழுதும் பூட்டியிருப்பது கண்டு பழைய வாடிக்கையாளர்கள் ஏமாற்றத்துடன் திரும்பினர். அதுதான் நாங்கள் வேண்டுவதாகவும் இருந்தது.

உள்ளூரைக் காட்டிலும் வெளியூர் ஆட்களுக்கே முன்னுரிமை கொடுத்தோம். விடியற்காலை நான்கு மணிக்கு எங்கள் வாகனத்திலேயே அழைத்துவந்து வானேற்றிவிட்டு பிறகு திரும்பவும் மாலையில் அவர்களை வேறொரு இடத்தில் இறக்கிவிட்டு வந்தோம். எங்கள் கம்பெனி எந்த மாவட்டத்தில், எந்த ஊரில், எந்தத் தெருவில் இருக்கிறது என்பதை வாடிக்கையாளர் அறிந்து கொள்ளக்கூடாது என்பதற்காகவே இந்த தற்காப்பு ஏற்பாடு.

நாட்கள் செல்லச்செல்ல இந்த இரகசிய வியாபாரத்தை யாராவது மோப்பம் பிடித்து வந்து அபகரித்துவிடக்கூடும் என்ற அச்சம் என்னை அரிக்கத்துவங்கியது. மணி இது தேவையற்ற பயம் என்றான். சிக்கல் வந்தால் அப்பொழுது பார்த்துக் கொள்ளலாம் என்றும் சொல்லிக் கொண்டான்.

இப்பொழுது பயணக்கட்டணத்தைக் கணிசமாக அதிகரித்திருந் தோம். எங்கள் வங்கிக்கணக்கில் நல்ல தொகை சேர்ந்துகொண்டு வந்தது. நகரின் மையப்பகுதியில் பிரசித்தி பெற்ற உணவகத்தின் பங்குதாரராகவும் இணைந்திருந்தோம்.

இப்படியாகக் குறையொன்றுமில்லை மறைமூர்த்தி கண்ணா என்று போய்க்கொண்டிருந்த எங்கள் வாழ்க்கையில் ஒருநாள் யெஸ்.இராம கிருஷ்ணனை நகலகம் ஒன்றில் சந்தித்தோம். அல்ல; பார்த்தோம்.

பழைய நைந்துபோன புகைப்படங்களை மெருகேற்றும் வசதி கொண்டதாகவும் அந்நகலகம் இருந்தது. வெளிச்சம் குறைவாக எடுக்கப்பட்ட படங்களையும், மிகுவெளிச்சத்தில் எடுக்கப்பட்ட படங்களையும் அங்குள்ள கணிணியில் உள்ளீடு செய்து இயல்பு நிலைக்கு மாற்றிக்கொள்ளலாம். புகைப்படத்திலிருக்கும் கட்டம் போட்ட உங்கள் சட்டையை கோடு போட்டதாக மாற்றிக்

கொள்ளலாம். சட்டையின் நிறத்தையும்கூட.

தடித்தடியான புத்தகங்களை மாணவர்கள் நகலெடுத்து கொண்டிருந்தனர். இத்தனை பெரிய புத்தகத்தைப் படிக்க முடியுமா என்றிருந்தது. பெரிய பெரிய புத்தகங்கள் இருந்தால்தான் பெரிய பெரிய படிப்பெல்லாம் படிக்கமுடியும் என்று நினைத்துக் கொண்டேன்.

பழைய கருப்பு வெள்ளைப் புகைப்படத்துக்குக் கணிணியில் வர்ணமேற்றிக்கொண்டிருந்தார் ஒருவர். எங்கிருந்தோ ஒரு மலையும், எங்கிருந்தோ ஓர் ஆரஞ்சு நிற வானமும், பிறகு எங்கிருந்தோ சில பறவைகளும், சில மரங்களும் கணிணித் திரையில் மாறிமாறித் தோன்றியவண்ணமிருந்தன. பின் அவையாவும் ஒன்றிணைந்து ஒரு ரம்மியமான காட்சியாக உருமாறியது. அவ்விடத்திற்கு நேரில் சென்று புகைப்படக்கருவியில் பதிந்தது போலவே நொடியில் கட்டமைந்து விட்டது ஆச்சரியமாகயிருந்தது.

நாங்கள் சான்றிதழ் ஒன்றை நகலெடுத்துத் திரும்பியபோது யெஸ்.இராமகிருஷ்ணனை பார்த்தோம். என்னை அவருக்கு அடையாளம் தெரியவில்லை என்பதை அவர் முகக்குறியைப் பார்த்தே அறிந்துகொண்டேன். வான்வெளியில் என்னை ஏற்றிவிட்டதை நினைவுபடுத்தலாம் என நினைத்து முன்னகர்ந்தபோது மணி என்னைத் தடுத்துவிட்டான்.

மணியின் பழைய நண்பனொருவனை யதேச்சையாக அங்கு பார்த்தோம். ஒரு புத்தகத்தின் பெயரைச் சொல்லி கிடைக்குமா என்றான். அந்த புத்தகம் முழுக்க வானசஞ்சாரக் கதைகள் நிரம்பியிருப்பதாகவும், பத்துக்கும் மேற்பட்டவர்கள் இப்பொழுது வானசஞ்சாரக் கதைகளை எழுதிவருவதாகவும் அவன் சொன்னான்.

தான் புத்தக விற்பனையை நிறுத்திவிட்டதை மணி அவனிடம் கூறினான். அதற்கு மிகுந்த விசனப்பட்ட அவன் வானசஞ்சாரக்கதைகள் எங்கு கிடைக்கும் என மணியிடம் கேட்டான். மகாபாரதக்கதைகளை வாசிக்கும்படி மணி சிபாரிசு செய்தான். மேற்கொண்டு அவனிடம் பேச்சை வளர்க்க விரும்பாதவனானக மணி என்னை அவ்விடத்தை விட்டு அவசரஅவசரமாக தள்ளிக்கொண்டு வந்துவிட்டான்.

“நமது வானசஞ்சாரம் பிரைவேட் லிமிடெட் குறித்து வெளியில் கசியத் துவங்கிவிட்டதுபோல தெரிகிறது” என்றான் மணி.

“எப்படி சொல்கிறாய்”

"வானசஞ்சாரக்கதைகள் மக்களிடையே பரவிக் கொண்டிருப் பதை அவன் பேச்சிலிருந்து நீங்கள் புரிந்துகொள்ளவில்லையா. நாம் வானேற்றி விட்டவர்களில் சிலர் இப்படியான கதைகளை எழுதியிருப்பார்கள் போலிருக்கிறது. விரைவில் அவர்கள் நம்மை கண்டுபிடித்து விடக்கூடும்"

"கவலைப்படாதே மணி, அக்கதைகளையெல்லாம் படித்துவிட்டு நிஜத்திலும் அதைத் தேடமாட்டார்கள்."

"ஆனாலும் அக்கதைகள் ஏதேனும் குறிப்புணர்த்திவிடும் என்றே தோன்றுகிறது"

தொடர்ந்து இரண்டு நாட்கள் போல மணி நிம்மதியிழந்து காணப்பட்டான். பின் நிதானப்பட்டவனாக, "நாம் பிடித்திருப்பது புலிவால். விடமுடியாது. விடணும்னா யாரையாவது பலிகொடுத்துத்தான் ஆகவேண்டும். இது நமக்கு நிரந்தர வருமானம் என்றாலும் ஏதோனுமொருநாள் ஏடாகூடமாகிவிட்டால் இதுவரை நாம் சம்பாதித்ததையெல்லாம் இழக்க வேண்டிவரும்". மணியின் பேச்சிலுள்ள நியாயத்தை என்னால் புறக்கணிக்க முடியவில்லை.

யெஸ்.இராமகிருஷ்ணனின் வானசஞ்சாரக் கதைகள் ஒருநாள் எனக்கு வாசிக்கக் கிடைத்தது.

'பத்மவிகாரை... ஹார்டி இந்திக பலபார்சி... சித்திரதாவரப்பிரதி... யவனிகா... பூக்கள் பெருகியோடும் நதிகள்... மஞ்சள் நதி பாம்பாக மாறியது... நவகதா... கதைகளால் பெருகியோடும் சப்ததாரா... எழுதியவனே படித்திராத புத்தகம்... உத்கலா நட்சத்திரங்களின் பாதை...' இப்படியாக அவரது அனுபவங்கள் புத்தகத்தில் விரிந்தபடியிருந்தன. எனக்கோ இவற்றில் எதுவும் தட்டுப்படவில்லை. ஆனாலும் வாசிப்பு சுவாரசியமாக இருந்தது. நிச்சயம் இதைப்படித்துவிட்டு யாரும் எங்கள் வானசஞ்சாரக் கம்பெனியைத் தேடிவரமாட்டார்கள் என்ற நம்பிக்கை எனக்குள் துளிர்த்தது. அப்படியும் ஆத்மார்த்தமாக நம்பிக்கை வைத்துத் தேடுகிறவன் இன்றில்லா விட்டால் நாளை நிச்சயம் வானசஞ்சாரியாவான் என்றும் எனக்குள் சொல்லிக் கொண்டேன்.

அந்த நம்பிக்கை தந்த தைரியத்தில் மணியிடம், "மணி நீ இந்த அறையைக் காலிசெய்துவிட்டுச் சென்றுவிடு. இனி என்னை மாற்றிவிட நீ ஒருபோதும் இங்கே வரவேண்டாம். நீ வந்ததைப் போலவே ஒருநாள் இன்னொருவன் வருவான். அதுவரை நானே வானசஞ்சாரியாக இருக்கிறேன்."

மணி இதை எதிர்பார்க்கவில்லை. மணியின் பதிலை எதிர்பார்க்காமல் வானவீதியில் நான் தெற்குநோக்கி நகரத்தொடங்கினேன்.

மணி காலிசெய்துவிட்டுப் போன அந்த அறைக்கு இன்றுவரை யாரும் குடிவரவில்லை. உங்களில் யாராவது குறைந்த வாடகையில் அறை தேடிக்கொண்டிருக்கிறீர்களா? ஆறாவது தளம் உங்களுக்காகக் காத்திருக்கிறது.

குறிப்பு : யெஸ்.இராமகிருஷ்ணனும் நானும் என்ற தலைப்பிலான முதலாவது கதை எழுத்தாளர் எஸ்.ராமகிருஷ்ணன் அவர்களின் 'வெயிலைக் கொண்டுவாருங்கள்' தொகுப்பிலுள்ள 'பறவைகளின் சாலை' அதிகதையைத் தழுவிப் புனையப்பெற்றது.

(மணல்வீடு, அக்டோபர் 2014)

இது நம்ம ஜாதி

சாமியாத்தா கிழவி எண்பதைத் தாண்டி இன்னமும் கண்சுருக்கி 'ஆ..ர..து..' என்று பார்க்காமல் தெளிவான பார்வையோடு இருந்தாள். ஊன்றுகோல் இல்லாத நடை. பாம்புக் காது. இந்தியாவிற்குச் சுதந்திரம் கிடைத்த அந்த விநாடி சந்தோஷக் கூத்துக்களை அனுபவித்த நேரடி சாட்சியாக செங்காட்டுப் பட்டியில் இருக்கும் சாமியாத்தா கிழவிக்கு இன்னமும் நிறைவேறாத ஆசை ஒன்று உண்டென்றால் அது மெட்ராசு போயி சுத்திப்பாக்கணும்கிறது தான்.

மெட்ராசு போனா சினிமா ஸ்டாருங்களை பக்கத்துல பார்க்கலாம்னு ஒரு ஆசை கூட இந்த இரண்டு வருசங்களாகவே மனசுக்குள்ள ஊறிப் போனது கிழவிக்கு.

பணம்...?

அதுதான் பாடாகப்படுத்தியது.

பேரன் முத்துக்குமரனிடம் சொன்னால் 'அதுதா மெத்தவூட்டுக் காரங்க வீட்ல போயி பொழுதன்னிக்கும் பாக்குறையே டீவியிலே அதுதா மெட்ராசு. அங்க போயி என்னத்த புதுசா பாக்கப்போற இந்த வயசான காலத்துல' என்று அடக்கி விடுவான்.

ஆனாலும் கிழவிக்குக் தொலைக்காட்சி பார்த்ததினால் அந்த மெட்ராசு ஆசை அதிகமானதேயொழிய குறையவில்லை.

'பாட்டி இதுதா எம்ஜியார் சமாதி பாத்துக்க' பொடிப்பசங்க ளெல்லாம் சொல்லும்போது அங்கே போய் அதைத் தொட்டுப் பார்க்கணும்கிற ஆசையை அடக்கவே முடியாது பாவம் கிழவியால்.

ஆயிரத்தைநூறு ரூபாய் சம்பளத்தில் இருக்கும் முத்துக்குமரனால் இதெல்லாம் முடியாத காரியம் என்பது கிழவிக்குத் தெரிந்திருந்தாலும் வாரத்துக்கு ஒருமுறையாவது 'போகணும்... ஒரு நாளைக்கு போகணும்' என்று முணுமுணுக்காமல் இருக்க மாட்டாள்.

--

"என்னடா சின்னு, வாசல்லயே நின்னுட்டே... உள்ளார வா"

சின்னு என்கிற சின்னசாமி உள்ளே வந்தபடியே கேட்டான், "என்ன பாட்டி நல்லாருக்கியா"

"ம்... இருக்கறம்பாரு ராணியாட்டா"

"என்ன பேச்சுல சலுப்பு தட்டுது"

"போடா போக்கத்தவனே. எஞ்சலுப்ப உங்கிட்ட சொல்லி என்னத்த ஆவப்போகுது"

"இந்த பேரங்கிட்ட சொன்னா முடிச்சு வப்பேன்ல"

சின்னசாமியும் கிழவிக்குப் பேரன்தான். கிழவனோட மாமனாருக்கு ரெண்டு தாரம். மூத்த தாரத்தோட பையன்தான் கிழவிக்கு புருஷன். இளைய தாரத்துக்கு பசங்க கிடையாது. ஒரேயொரு பொட்டப்புள்ளதான். அதோட பேரன்தான் சின்னசாமி. சின்னசாமிக்கு ஒரு தங்கை உண்டு. பூவழகி. முத்துவுக்குப் பூவழகிதான்னு ஊருக்குள்ளே பேசாத ஆளே கிடையாது. ஆனா குடிகாரங்க குடும்பத்தோட தமக்கு சகவாசமே வேண்டாம்னு சொல்லிப் பெண்ணை வெளியிலெ கட்டிக் கொடுத்துட்டாரு சின்னசாமியோட அப்பா.

"மெட்ராச போயி சுத்திப் பாக்கணும்னு ரொம்ப நாளா ஆசைடா சின்னு"

"ப்பூ.. இவ்வளவு தானா"

கடையில போயி வெத்தலை கொடுன்னு கேக்கற மாதிரி இத்தனை சுளுவா சொல்லிட்டானேன்னு கிழவிக்கு தாங்க முடியாத ஆச்சரியம். கூடவே கிண்டல் செய்கிறானோ என்ற சந்தேகம்.

“அத்தன சுளுவுல போக முடியுமா ராசா” லேசான நம்பிக்கையோடு கேட்டாள்.

“பாட்டி இப்ப நா யாரு”

கேள்வியின் உள்ளடக்கத்தைப் புரிந்து கொள்ளத் தெரியாமல் கிழவி தடுமாறினாள்.

“சுத்தி வளச்சுப் பேசறதெல்லாம் வேண்டா... கட்டன்ரைட்டா நீயே சொல்லு”

“பாட்டி நம்ம சாதிக்குனு ஒரு சங்கம் இருக்குது தெரியுமில்லே”

“ஆமா..”

“அதுக்கு நாந்தானே இப்ப வட்டாரச் செயலாளரு”

“அதுக்கென்ன இப்ப” அசுவாரசியமாய் கேட்டாள்.

“அதோட மாநாடு மெட்ராசுல அடுத்த மாசம் நடக்குது. அதுக்கு நம்ம வட்டாரத்துல இருந்து ஒரு அம்பது நூறு பேரையாவது கூட்டியாரணும்னு மெட்ராஸ்ல இருந்து தலைவரு போன் போட்டுப் பேசுனாரு. நீ வந்தேன்னா மெட்ராசு பாத்த மாதிரியும் இருக்கும். மாநாட்டுல கலந்துட்ட மாதிரியும் இருக்கும்”

முத்து சம்மதிப்பானா என்ற சந்தேகம் கிழவியின் மனசு ஓரத்தில் எட்டிப் பார்த்து, காசுக்கு எங்கே போறதுன்னு குதிப்பானே என்ற கவலையும் வந்தது.

“என்ன ஆத்தா பேச்சே காணோம்”

“அதில்லே பணம் நெறைய செலவாகுமே முத்துக்கொமாரு குதிப்பா... அதான்” என்று இழுத்தாள்.

கடகடவென்று சிரித்தான் சின்னசாமி.

“பணமும் வேண்டா... காசும் வேண்டா... சும்மா கையை வீசிட்டு வா போதும்... நம்ம தலைவரு எல்லா ஏற்பாடும் பண்ணியிருக்காருல்ல”

கிழவிக்குப் பாதிதூரம் போனது போல ஆனது. இனி இப்படி ஒரு வாய்ப்பு கிடைக்குமா என்று மனசு கிடந்து தவித்தது.

“முத்து கூட சொல்லி வை. அவனும் வேணும்னா வரட்டும். உனக்கும் தொணையா இருக்கும்ல”

“ஆமாமா எங்கப்பனும் ஊரை ஏமாத்தி சொத்து சேர்த்து வச்சிருந்தா நானும் வந்திருவேன்தா” கோபமாக பேசியபடி வேகமாக வந்தான் முத்துக்குமரன்.

அவன் கண்களில் நெருப்பு ஜ்வாலை. உடம்பில் ஒரு பரபரப்பு. சின்னசாமி வந்தது அவனுக்குச் சுத்தமாகப் பிடிக்கவில்லை என்பதை

அவன் நடையே காட்டிக் கொடுத்தது.

"என்ன மாப்ளே... வரும்போதே பொடி வச்சுப் பேசிட்டு வர்றே... வெவரம் புரியாம"

"ஆமாமா எங்கப்பந்தான் குடிகாரன். தண்ணியடிச்சுட்டு வெவரம் புரியாம இருந்துட்டான். நானும் அப்படியே இருந்தா கோவணத்தையும் உருவிட மாட்டானுக... கேப்மாறிக"

'கேப்மாறிக' என்பதில் சற்று அழுத்தம் கொடுத்தான்.

"கோபப்படாதே முத்து. செத்துப் போனவங்களைப் பத்தி இப்ப என்ன பேச்சு. நம்ம வம்சத்துலயே இந்த கிழவிதா பெரிய மனுஷி. இதோட ஆசையக் கூட நிறைவேத்தலைன்னா நாம எல்லாம் இருந்து என்ன பிரயோஜனம் சொல்லு"

"ஆத்தாவோட ஆசைய நாம் பாத்துக்கறேன்.. நீ மொதல்ல எடத்த காலிபண்ணு"

"என்னடா முத்துக்கொமாரு... வீடு தேடி வந்தவங்களெ நாயெ வெரட்ற மாதிரி வெரட்டற நீ உக்காரு சின்னு"

கிழவி மாமனுக்குப் பரிந்து பேசியது முத்துக்குமரனுக்கு மேலும் எரிச்சலை ஏற்படுத்தியது. கிழவிக்குத் தனது மெட்ராசுக் கனவு பாதியிலேயே கலைந்து விடுமோ என்ற கவலை.

"ஆமா நீ உக்காரச் சொல்லுவே... அப்புறம் இந்த திண்ணையும் என்னதுன்னு எழுதி வாங்கிக்குவானுக"

'ஏமாத்துப் பரம்பரை' என்று முனகிக் கொண்டே வீட்டுக்குள் சென்ற முத்துக்குமாரனை பார்த்துக் கோபமாய் எழுந்தான் சின்னசாமி.

"ஏதோ நம்ம சாதி சனம்னு ஒட்டி ஒட்டி வந்தா புடிகொடுக்காமயே பேசறான் உம்பேரன். சொத்து பத்து இல்லேன்னாலும் ரோஷத்துக்கு ஒன்னும் கொறச்சலில்லே. இந்த லட்சணத்துல புள்ளைய கட்டிக் கொடுக்கலேன்னு எரிச்சல் வேற"

"இதப்பாரு மாமா. மரியாத கொடுத்து மரியாத வாங்கிக்க. பழசையெல்லாம் இழுத்தேன்னா நடக்கறதே வேற"

"என்னடா... என்னடா நடக்கும்"

"என்னவேணா நடக்கும். அப்புறம் நாமெ கோர்ட்டுலதான் சந்திக்க வேண்டியிருக்கும்"

"சந்திக்கலாம்டா... எல்லாத்துக்கும் ரிக்காடு இருக்கு தெரிஞ்சுக்க. குடிகாரன், அதான் உங்கப்பன் கைநாட்டு போட்டிருக்கான். அத்தனை பேப்பர்லயும் தெரியுமா. ஏதோ ஒதுங்கறதுக்கு இந்த

வீடாச்சும் மிச்சம் வச்சுட்டுப் போனான்னு சந்தோசப்படு. கேசு கீசுன்னு இதையும் வித்துச் செலவு பண்ணிட்டு அப்புறம் தெருவுல நிக்காத"

"சும்மா பூச்சாண்டி காட்டாத. எனக்கும் கொஞ்சம் சட்டம் தெரியும். எங்களோட பத்து ஏக்கரா பூமிய எங்கப்பனுக்கு சாராயம் வாங்கிக் கொடுத்து ஏமாத்தி வாங்குறப்போ நான் மேஜர் ஆயிட்டேன் தெரியுமா. சட்டப்படி நானும் அதுல கையெழுத்து போட்டிருக்கணும் தெரிஞ்சுக்க. எங்கப்பா மாதிரி என்னையும் ஏமாத்திடலாம்னு பாக்காதே"

பையன் விவரமாகப் பேசுகிறானே என்று சற்று ஆச்சரியப்பட்டான் சின்னசாமி. இவனைப் பகைத்துக் கொள்வது அவ்வளவு நல்லதில்லையோ என்று தோன்றியது. அடுத்த வருடம் கட்சி ஆரம்பிக்கப் போவதாக வேறு தலைவர் சொல்லியிருக்கிறார். இந்தச் சூழ்நிலையில் கோர்ட்டு கேசு என்று போனால் தனது பெயரில் கரும்புள்ளி விழுந்து விடுமோ என கவலை வந்தது.

"முத்து நீ ரொம்ப கோபமா இருக்கே. போயிட்டு அப்புறம் வர்றேன். வர்றேன் பாட்டி"

--

இரண்டு நாள் கழித்து மறுபடியும் வந்தான் சின்னசாமி. இவனைப் பார்த்ததும் முத்து கோபமாக எழுந்தான்.

"முத்து கோபமெல்லாம் தணிஞ்சுதா.. நம்ம அப்பனுக ரெண்டுபேரும் செஞ்ச தப்புக்கு நாம எதுக்காக மல்லுக்கு நிக்கணும். அதான் ஒரு முடிவுக்கு வந்துட்டேன்."

முத்துக்குமரன் பேசவில்லை.

"உன்னோட பத்து ஏக்கரா பூமியை உனக்கே திருப்பிக் கொடுத்துடலாம்னு இருக்கேன்"

கிழவியும் முத்துவும் ஆச்சரியமாக பார்த்தார்கள். கிழவியால் நம்பவே முடியவில்லை.

"நெசமாலுந்தான் சொல்லறியா சின்னு"

"உங்கிட்ட என்ன ஆத்தா வெளையாட்டு வேண்டிக்கிடக்கு இந்த வயசுலெ. நெசமாலுந்தான் சொல்லறேன். நேத்து பூரா ரோசனை பண்ணிப் பாத்தேன். நம்ம சாதி சனத்துக்கு ஏதாவதுன்னா என்னால சும்மா இருக்க முடியாது முத்து. பொறகு நான் சங்கத்துலெ செயலாளரா இருந்து என்ன பிரயோசனம் சொல்லு. ஏதோ சகவாச

தோஷத்துல மாமா குடிச்சு குட்டிச்சுவராய் போயிச் சேர்ந்துட்டாரு. இதெல்லாம் நல்லதுக்குன்னு நெனச்சுக்கோ. எங்கப்பன்கிட்ட பூமியை வித்துக் குடிக்கணும்னு தோணிச்சே மாமாவுக்கு. அது மட்டுலயாவது சந்தோசப்படு. வேத்து மனுசங்க கிட்ட வித்திருந்தார்னா இப்ப போயி கேக்க முடியுமா சொல்லு. நம்ம சொந்தத்துக்கே என்னாலெ ஒரு உதவி செய்ய முடியலைன்னா நானெல்லாம் மெட்ராசு போயி மாநாட்டுல பேசி என்னத்த கிழிக்கப்போறேன்"

"என்னை மன்னிச்சுடுங்க மாமா. நானும் ஏதேதோ தப்பாப் பேசிட்டேன்"

"அடட... இதுல என்ன இருக்கு மாப்ளே. நானும் உன்னோட நிலைமைல இருந்திருந்தா அப்படித்தான் பேசியிருப்பேன்"

"இருந்தாலும்..."

"அந்தப் பேச்சை விடப்போறியா இல்லையா மாப்ளே. நானே உனக்கு உதவலைன்னா பிடி விட்டுப் போகும்ல. ஊருக்குள்ளே நம்ம சாதியோட மதிப்பும் மரியாதையும் ஊர் சிரிக்க விட்டுருவேனா. நம்பளையெல்லாம் என்ன ஒண்ணும் தெரியாத கூமுட்டைங்கன்னு நினைச்சுட்டிருக்காங்கானுகளா"

"யார் மாமா அது. அப்படி நினைக்கறது"

"சொல்றேன்"

சொன்னான்.

நம்மைவிட கீழ்சாதிக்காரனெல்லாம் படித்து பட்டம் வாங்கி சுலபமாக வேலையும் வாங்கி கலெக்டர் ஆபீஸிலும் தாலுக்கா ஆபீஸிலும் கால்மேல் கால் போட்டுக்கொண்டு உட்கார்ந்திருக்க, நாமெல்லாம் அவனிடம் சென்று காத்திருக்க வேண்டிய கேவலம் வந்து விட்டதென்று சொன்னான். நம்மிடம் கூலி வேலை செய்து கொண்டிருந்தவன் பிள்ளைகளெல்லாம் இன்று அதிகார பீடத்தில் இருக்க, நமக்கு மட்டும் சலுகைகள் கிடைக்காமல் தாழ்ந்து போனதாய் உணர்ச்சி வசப்பட்டு சொன்னான். அதனால் மாநாடு வெற்றியடைய நீயும் பாடுபட வேண்டும் என்று கடைசியாகச் சொன்னான்.

"சரியா புரியலே மாமா. அவங்க படிச்சு நல்ல வேலைல இருக்கறதா சொல்றீங்க. ஆனா நம்மளை யாரும் படிக்க வேணாம்னு சொல்லலையே நாமளும் படிச்சிருந்தா அந்த மாதிரி வேலை பார்த்திருக்கலாம்ல"

“பார்த்திருக்கலாம்தான். ஆனா நமக்குதான் எந்த சலுகையும் இல்லையே. அவனுங்களுக்கு எல்லாம் சுலபமா இலவசமா கிடைக்குது. சுளுவா மேல வந்துட்டானுக. குளுரு விட்டுப் போச்சு. எதுத்து பேச ஆரம்பிச்சுட்டானுக.”

மாமாவுக்கு யார் மீது கோபம் என்பதை சரியாக விளங்கிக் கொள்ள இயலவில்லை முத்துக்குமரனுக்கு.

“நமக்கு எதுக்கு மாமா இலவசமா கிடைக்கணும். நமக்குத்தான் காசு இருக்குதே”

“போடா புரியாத பயலே. நேத்து உங்க பாட்டங்கிட்ட இருந்த காசு உங்கப்பங்கிட்ட இல்லே. உங்கப்பனளவுக்கு இப்ப உங்கிட்ட இல்லே. உம்மவனுக்கு இந்த வீடாச்சும் மிஞ்சுமான்னு பாரு. இப்பக்கூட நாம முழிச்சுக்காம இருந்தம்னா பரம்பரை நம்ம மூஞ்சியில காரித்துப்பும் புரிஞ்சுதா”

புரியாவிட்டாலும் தலையாட்டினான். பத்து ஏக்கர் கிடைக்கப் போகும் சந்தோஷத்தில் தலையாட்டி வைத்தான். போகப் போகப் புரிந்து கொண்டால் போயிற்று எனத் தனக்குத்தானே சமாதானப் படுத்திக் கொண்டான். கடைசிவரைக்கும் புரியாவிட்டால்தான் என்ன குடியாமுழுகிப் போயிடும் என்று கூட சொல்லிக் கொண்டான்.

“இதுக்குதான் அடுத்த மாசம் மெட்ராசுல நம்ம சாதி சங்கத்தோட மாநாடு நடக்குது. மொத்த தமிழ்நாடே கதிகலங்கப் போவுது பாரேன். நம்ம பலம் என்னன்னு அரசாங்கத்துக்கு தெரிஞ்சாதான் நாம பொழைக்க முடியும். இல்லைன்னா காணாம போயிடுவோம். பாட்டியும் பட்டணம் பாக்க ஆசைப்படுது. காலணா செலவில்லாம போயிட்டு வந்துடலாம் நீயும் வா”

தலைவர் அடுத்த வருடம் கட்சி ஆரம்பித்ததும் எப்படியும் மாவட்டச் செயலாளராகிவிட வேண்டும் என மனசுக்குள் வரித்துக் கொண்டான் சின்னசாமி.

--

இரவு முழுவதும் பஸ்ஸில் பயணம் செய்ததில் கிழவிக்கு முதுகும் இடுப்பும் ஏகமாய் வலித்தது. ஓடுகிற பஸ்ஸில் தூங்கிப் பழக்கம் இல்லாததால் எங்கேயாவது சுருண்டு படுத்துக்கொள்ள வேண்டும் போல இருந்தது. சவாரி வண்டியில் ஏறி ஆலாந்துறை டெண்ட் கொட்டகைக்கு எம்ஜியார் படம் பார்க்கப் போனதுதான் இதுவரைக்குமாக கிழவியின் நீண்ட பயணம். இப்படி விடிய விடிய

பஸ் பிரயாணம் கிழவிக்குப் புதியது.

சென்னை விழித்து தன்னைக் சுறுசுறுப்பாக்கிக் கொண்டிருந்தது. கடையில் சூடாகக் காபி வாங்கி கொடுத்தான் முத்துக்குமரன். என்னடா இது காப்பியா வெந்தண்ணியா என்று முணுமுணுத் தாலும் அந்தக் காலை நேர குளிருக்கு வேண்டும் என குடித்துக் கொண்டாள்.

சென்னை முழுவதும் திரும்பிய பக்கமெல்லாம் தலைவர் என்று சொல்லப்பட்டவர் போஸ்டரில் கைகூப்பிச் சிரித்துக் கொண்டிருந்தார். அண்ணாந்து பார்க்குமளவுக்கான கட்அவுட்டுகள் கிழவியைப் பிரமிப்பில் ஆழ்த்தின.

சின்னசாமி ஓரிடத்தில் நிற்காமல் எங்கோ போவதும் வருவதுமாக இருந்தான். கடைசியாக வரும்போது பிளாஸ்டிக் பை நிறைய சாப்பாட்டுப் பொட்டலங்களோடு வந்தான். பொட்டலத்தைப் பிரித்தவுடன் வாழை இலையின் கந்திப்போன வாசனைதான் தூக்கலாக இருந்தது. கிழவிக்கு சாப்பிட பிடிக்கவில்லை.

“பழைய சோறு எதுனாச்சும் கெடைக்குமா சின்னு”

சின்னசாமி காது கேட்காதவன் போல அப்பால் நகர்ந்து விட்டான்.

கூட வந்திருந்த பையனைப் பார்த்து, “தம்பி இதுதா மெட்ராசா” என்றாள்.

“இது மெட்ராஸ் இல்ல பாட்டி”

கிழவிக்கு கலவரமாயிருந்தது. சினிமாவில் வருவதைப் போல் மெட்ராஸ் என்று சொல்லி வேறு எங்காவது இறக்கிவிட்டு ஏமாற்றுகிறானோ என்ற சந்தேகம் வந்தது தவிப்புடன்.

“சின்னு எங்கேடா போயிட்டே... இது மெட்ராசு இல்லியாமா. நம்மளையெல்லா பஸ்காரன் நல்லா ஏமாத்திட்டான்டா” என கூப்பாடு போட்டாள்.

ரோட்டில் போனவர்கள் திரும்பிப் பார்த்துச் சிரித்தார்கள்.

“ஆமாம் பாட்டி. இது மெட்ராஸ் இல்லே. சென்னைன்னு பேர் மாத்திட்டாங்க. அதைத்தான் போக்கிரி பய அப்படி சொல்றான்”

“கிழவி கூட வெளையாடாதடா” என அவனை விரட்டினாள்.

“சின்னு இங்க எங்கடா குளிக்கறது”

“கூவம்னு ஒரு ஆறு ஓடுது. அதுல குளிக்கலாம். அதுவரைக்கும் சும்மா இரு”

எங்கேயோ போய் சூடாக இட்லி வாங்கி வந்தான் முத்துக்குமரன்.

“ஏன்டா.. நான் குளிக்காம கொள்ளாம என்னிக்காவது சாப்பிட்டிருக்கனா. உங்க மாமன் எங்கேயோ ஆத்துல குளிக்கலாம்னு சொன்னான். எங்கேனு கேளு”

“ஆறும் இல்ல. கொளமும் இல்ல. பேசாம நாளைக்கு ஊருக்கு போயே குளிச்சுக்கலாம். இந்த ஊரு தண்ணி உனக்கு ஒத்துக்காது”

“என்னமோ ஒண்ணும் சரியாப் படலே. குளிக்காம சாப்பிட்டதே இல்ல. வெள்ளிங்கிரியாண்டவா. இன்னைக்கு ஒரு நாளைக்கு மன்னிச்சுடுறாப்பா...”

சூரியனைப் பார்த்துக் கையெடுத்துக் கும்பிட்டாள்.

--

இதோ அதோ என்று ஊர்வலம் மூன்று மணிக்குப் புறப்பட்து. அதுவரை காத்திருந்து சலித்துப்போனது கிழவிக்கு. சினிமாவுல காண்பிக்கிற மாதிரி மெட்ராசு இல்லை என அவ்வப்போது முணுமுணுத்துக் கொண்டாள்.

ஊர்வலம் போகப் போக கூட்டம் ஆங்காங்கே சேர்ந்து கொண்டே இருந்தது. கிழவியைக் கெட்டியாகப் பிடித்திருந்தான் முத்து. அப்படியும் அவ்வப்போது காணாமல் போய் பிறகு கிடைத்தாள். எல்லோரும் கோஷம் போட்டதில் என்ன சொல்கிறார்கள் என்பதே காதில் விழவில்லை. கிழவிக்கு காதை அடைப்பது போல் இருந்தது. எங்கேயாவது உட்கார்ந்து கொண்டால் தேவலாம் போல.

திடீரென ஊர்வலத்தில் முத்துவும் கிழவியும் இன்னபிற செங்காட்டுப்பட்டி மக்களும் சென்று கொண்டிருந்த பகுதியில் சலசலப்பு ஏற்படவும் திரும்பிப் பார்த்தான் முத்து. ஒரு ஐம்பதடி சுற்றளவில் என்னவென்று புரியாத ஒரு பீதியான சூழல் பரவியது. “டேய்... டேய்....” என்று கூச்சல் விட்டு விட்டு கேட்டது.

ஒருவன் கூட்டத்தைத் தள்ளிக் கொண்டு முன்னால் வந்தான். எதிர்பாராத நேரத்தில் முத்துவின் நெஞ்சில் கத்தியை ஆழமாக செருகினான். சட்டென்று அதைக் கவனித்து தடுக்கவந்த சின்ன சாமியின் உள்ளங்கையில் பலமாக கீறிவிட்டு கூட்டத்தில் மறைந்தான். போகும்போது இன்னும் சிலரின் விலாவிலும் தோளிலும் குத்திவிட்டுப் போனான். போனான் இல்லை. போனார் கள். எத்தனைபேர் என்று சரியாக கணக்கு தெரியாத குழப்பம்.

“முத்து....”

சின்னசாமி முத்துவை தாங்கிக் கொண்டான். அவனது வேட்டியிலும் சட்டையிலும் ரத்தம் வழிந்தது. அடுத்த இரண்டாவது நிமிடம் முத்து இறந்திருந்தான்.

சாமியாத்தா கிழவிக்கு எல்லாம் கனவாய்த் தெரிந்தது. ரத்த வெள்ளத்தில் பேரனைப் பார்த்ததும் கிழவியும் மயங்கி சரிந்தாள். சிறிது நேரத்தில் முத்துவிம் கிழவியும் அப்புறப்படுத்தப்பட்டு ஆம்புலன்ஸில் ஏற்றப்பட்டடார்கள். பதற்றம் அதிகரித்தது.

சின்னசாமியும் மற்றவர்களும் மருத்துவமனையின் அவசர சிகிச்சைப் பிரிவின் வாசலில் பீதியோடு உட்கார்ந்திருந்தார்கள். சின்னசாமி கையில் பெரிய கட்டு போடப்பட்டிருந்தது.

கடற்கரையில் பொதுக்கூட்ட மேடையில் தலைவர் பேசிக் கொண்டிருந்தார். மேடைக்குச் சென்ற போலீஸ் கமிஷனர் தலைவரின் காதில் ஏதோ கிசுகிசுத்தார். தலைவர் தலையாட்டிக் கொண்டே பேச்சைத் தொடர்ந்தார்.

“...பெருமக்களே நமது இனத்திலிருந்து பல பெரிய தலைவர்கள் சுதந்திரப் போராட்டத்தில் பங்கு கொண்டு தியாகங்கள் பல புரிந்திருக்கிறார்கள். நமது ஜாதி நாட்டைக் காத்த ஜாதி. இப்பொழுது கூட நமது இனமானத்திற்காக உயிரையும் கொடுக்கத் தயங்காத இளம் சிங்கங்கள் இருக்கிறார்கள். அதில் ஒரு சிங்கம்தான் கோவை மாவட்டம் செங்காட்டுப் பட்டியில் இருந்து வந்திருக்கும் வீர இளைஞன் முத்துக்குமரன்....”

கூட்டத்தில் சலசலப்பு ஏற்பட்டது. நிற்கட்டும் என்று காத்திருந்து பேச்சை தொடர்ந்தார் தலைவர்.

“.. ஒருவனை வீழ்த்திவிட்டால் நமது சமூகத்தையே மண்ணோடு மண்ணாக்கி விடலாம் என்று கனவு கண்டவர்கள் கோழைத்தனமாக முத்துக்குமரனைக் குத்திவிட்டு ஓடி விட்டார்கள்..”

இப்பொழுது சலசலப்பு அதிகமானது. சிலர் எழுந்து நின்று கூச்சல் போட்டார்கள்.

“அமைதி... அமைதி... இந்த சூழ்நிலையில் நாம் அமைதி காப்பது அவசியம். முத்துக்குமரன் இப்பொழுது மருத்துவமனையில் நலமாக உள்ளார். எனவே அமைதியாக இருக்குமாறு வேண்டுகிறேன்.. மாவட்டத்தின் தலைநகரிலேயே, அதுவும் பட்டப்பகலிலேயே இப்படிப்பட்ட அநியாயம் நடக்கிறது என்றால் அரசு செயலிழந்து விட்டது என்றுதான் அர்த்தம். இந்தத் திட்டமிட்ட சதியைக் கண்டுபிடிக்க அரசு தக்க நடவடிக்கை எடுக்காவிட்டால் மாநிலம் தழுவிய போராட்டம் நடக்கும் என எச்சரிக்கிறேன்”

கட்சி ஆரம்பித்தால் எப்படிப் பேசவேண்டும் என்பதற்கு இப்பொழுதே வெள்ளோட்டம் பார்த்துக் கொண்டிருந்தார் தலைவர். பலத்த கைதட்டல் எழுந்தது அவருக்கு நம்பிக்கை அளிப்பதாக இருந்தது.

போலீஸ் கமிஷனர் மனதுக்குள் புன்னகைத்துக் கொண்டார். இறந்துபோன முத்துக்குமரனைப் பிழைத்துவிட்டான் என்று தலைவர் வாயாலேயே சொல்லவைத்து ஏற்படவிருந்த கலவரத்தை தடுத்து விட்டதற்காகத் தன்னைத்தானே தட்டிக் கொடுத்துக் கொண்டார். மாநாடு முடியும்வரை அரசாங்க குறிப்புப்படி முத்துக்குமரன் உயிரோடுதான் இருப்பான். இருக்க வேண்டும்.

விடிந்தவுடன் மாநாட்டுக்கு வந்த பஸ்களெல்லாம் அவரவர் ஊருக்குத் திரும்பிய பிறகு முத்துக்குமரனின் உயிரற்ற உடல் சின்னசாமியிடம் ஒப்படைக்கப்பட்டு செங்காட்டுப்பட்டி வந்து சேர்ந்தது.

'சாதி ஊர்வலத்தில் கத்திக்குத்து. ஒருவர் சாவு' மாலை பத்திரிக்கையின் முதல் பக்கத்தில் செய்தி வந்தது.

முத்துக்குமரனின் மூன்றாம் நாள் காரியத்திற்குத் தலைவர் சென்னை யிலிருந்து வந்திருந்தார். காமிராக்கள் சுயநலமாய் கண்சிமிட்டின. கட்சி ஆரம்பிப்பதற்கான வாய்ப்புகள் பிரகாசமாக இருப்பதாகத் தலைவர் உணர்ந்தார்.

தியாகி முத்துக்குமரன் என்று குறிக்கப்பட்ட கல்தூண் ஒன்று அன்று மாலை செங்காட்டுப்பட்டியில் நிறுவப்பட்டது. அந்தச் சிறு விழாவில் சின்னசாமி நா தழுதழுக்க கண்ணீரோடு பேசினான்.

"பகையா இருந்தவன் பாசமாயிட்டானேன்னு சந்தோஷப் பட்டேனே. இப்படி போயிட்டானே. சும்மா இருந்தவனை கூட்டிட்டுப்போயி நானே கொன்னுட்டேனே தலைவரே. நானே முத்துவை கொன்னுட்டேனே" உணர்ச்சி மேலிட மேடையில் கதறி அழுதான் சின்னசாமி.

சின்னசாமி சொன்ன அந்த கடைசி வார்த்தைகள் சத்தியமான சத்தியம் என்பது பூந்தமல்லி பாண்டிக்கு தெரியும்.

(குமுதம் 24-08-2000, 'இலக்கியச் சிந்தனை'யால் மாதத்தின் சிறந்த கதையாகத் தேர்வு பெற்றது)

ஜோசப் என்பது வினைச்சொல்

இராமநாதனுக்குக் காலையில் எழுந்ததும் ஜோசப் நினைவு வந்தது. வீட்டுக்கு பின்னால் கிறிஸ்து அரசர் ஆலயத்தின் மணி ஒலிப்பது நிசப்தத்தில் தெளிவாகக் கேட்டது. 'ஜோசப்பை இன்றாவது எனக்குக் காட்டு கடவுளே' என அவரது மனம் வேண்டிக் கொண்டது அவருக்கே ஆச்சரியமாக இருந்தது. இதுவரை கிறிஸ்துவிடம் அவர் எதுவும் வேண்டிக் கொண்டதில்லை. ஆனால், அவர் மனைவி கமலமும் மகள் சாவித்ரியும் செவ்வாய் கிழமைகளில் புலியகுளம் அந்தோணியார் கோயிலுக்குச் செல்வதை வழக்கமாகக் கொண்டிருந்தனர். அங்கு வைத்துத் தான் சாவித்ரி ஆண்டனியை சந்தித்தது. சாவித்ரியின் நினைவு வந்ததும் அவரது வாய் 'ஓடுகாலி' என்று முணுமுணுத்தது.

சொடக்கு போடும் நேரத்தில் அது நடந்து விட்டது. ஏதோவொரு மயக்க நிலை. இன்னும் ஒரு எட்டு எடுத்து வைத்தால் விழுந்து விடுவதுபோல் உணர்ந்தார் இராமநாதன். காலை பத்து மணியாகியும் சாப்பிடாதது மின்னல் கீற்றாய் நினைவுக்கு வந்து மறைந்தது. எதிரே எமவேகத்தில் ஒரு லாரி வருவது கானல்நீர்

நெளிவது போலத் தெரிந்தது.

அப்போதுதான் அந்த அதிசயம் நிகழ்ந்தது. சொடக்குப் போடும் நேரத்தில் எத்திசையிலிருந்து தோன்றினான் என அறுதியிட்டுக் கூறமுடியாதபடி வந்த அவன் இராமநாதனை நடைபாதையில் தள்ளிவிட்டுத் தானும் விழுந்தான்.

மெதுவாக எழுந்து உட்கார்ந்தபோது யாரோ தண்ணீர் பாட்டிலை நீட்டினார்கள். தான் உயிரோடிருப்பதை நம்ப முடியாதவராக சுற்றிலும் பார்த்தார். கண்களில் பீதி இன்னும் மிச்சமிருந்தது. தன்னால் பேச முடியுமா என்பதில் அவருக்கு இன்னும் சந்தேகம் இருந்தது. அப்பொழுதுதான் அவனை முழுசாகப் பார்த்தார். கையெடுத்துக் கும்பிட்டார்.

“லாரியை கவனிக்காம வந்துட்டீங்க சார்”

“ம்... காலைல சாப்பிடலை. அதான் சர்க்கரை குறைஞ்சு லேசா கிறுகிறுப்பு வந்துருச்சு”

“வாங்க சார், சூடா டீ சாப்பிடலாம்”

“வேணாம்பா. கொஞ்சம் குளுக்கோஸ் சாப்பிட்டா சரியாகிடும்” என்றவர் “உம் பேர் என்ன” என்றார்.

“ஜோசப் சார்”

“என்ன செய்யறே”

“வேலை தேடிட்டிருக்கேன் சார்”

அவனுக்கு ஏதாவது செய்யவேண்டுமென்றிருந்தது. பாக்கெட்டில் ஐந்து பத்து ரூபாய் நோட்டுகளே இருந்தன. பெரிய நோட்டு ஏதாவது ஒளிந்திருக்கிறதா என்று தேடினார். ஏதோ தேவைக்காக எடுத்து வைத்திருந்த வங்கிக் காசோலை கையில் தட்டுப்பட்டதும் மின்னல் கீற்றாய் அவருக்குள் ஒரு வெளிச்சம். உடனே ஜோசப் என்றெழுதி அவனிடம் நீட்டினார்.

“எவ்வளவு வேணுமோ... எழுதிக்க” என்று உணர்ச்சி மேலிட சொன்னார்.

“வேணாம் சார்... ப்ளீஸ்”

“ஒரே நொடி... ஒரே ஒரு நொடி... நீ தாமதமா வந்திருந்தாக் கூட நான் இப்படி நின்று பேசிட்டிருக்க முடியாது. இதுக்காக நான் ஏதாவது செஞ்சேயாகணும். வாங்கிக்க”

ஜோசப் மறுக்க மறுக்க காசோலையை அவன் சட்டைப்பையில் திணித்தார்.

“வேற உதவி வேணும்னாலும் தயங்காம வீட்டுக்கு வா” விசிட்டிங் கார்டை கொடுத்தார்.

“**எ**ன்னதான் இருந்தாலும் இப்படியா எதுவும் எழுதாம கொடுத்துட்டு வருவீங்க” கமலம் கேட்டபோது சுருக்கென்றிருந்தது இராமநாதனுக்கு.

“இதுக்குப் பதிலா லாரியிலேயே அடிபட்டுச் செத்துப் போயிருக்கலாங்கிறியா”

“ஐயோ கடவுளே... நான் அந்த அர்த்தத்துல சொல்லலீங்க” கமலம் பொலபொலவென்று கண்ணீர் விட்டார்.

“ஒரு லட்சத்துக்கும் மேலே அக்கவுண்ட்ல இருக்குது. அத்தனையும் எடுத்திட்டான்னா என்ன செய்வீங்க” பாலு மெதுவாக முணுமுணுத்தான்.

இராமநாதனுக்கு கோபத்தில் கண்கள் சிவந்தன. “லட்சம்... பெரிய லட்சம். இப்ப நான் செத்திருந்தா உனக்கு லட்ச ரூபா மிச்சமாயிருக்கும் இல்லையாடா...” என்று இறைந்தார்.

“உங்க கூட பேச முடியாதப்பா”

இராமநாதனுக்கு படபடப்பாய் வந்தது.

...ச்சே மறுஜென்மம் எடுத்து வந்து எதிரில் நிற்கிறேன், அதைக் கொண்டாடத் தெரியாமல்... பணம்... பணம் என்று. ச்சே... என்னைப் பற்றி யாருக்காவது அக்கறை இருக்கிறதா? ஒருவேளை அடிபட்டு ஆஸ்பத்திரியில் கிடந்திருந்தால் பணம் செலவாகி விடும், சாகட்டும் என்று விட்டு விடுவார்களா? இராமநாதனுக்கு முதன் முறையாக மனைவி மீதும் மகன் மீதும் கோபமும் அவநம்பிக்கையும வந்தது.

தொடர்ந்து இரண்டு நாட்கள் இராமநாதன் இருவரிடமும் பேசவில்லை. கேட்ட கேள்விக்குப் பதில் என்றிருந்தார். மௌனத்தின் வலி, இறந்து போவதை விடக் கொடுமையாக இருந்தது. மூன்றாம் நாள் காலையில் சாப்பிட உட்கார்ந்தபோது கமலம் தயக்கத்துடன் மௌனத்தை உடைத்தார்.

“நான் சொல்றேன்னு கோபப்படாதீங்க. யாரோ பெத்த

பிள்ளை... தன்னோட உயிரைக்கூட பெரிசா மதிக்காம உங்களைக் காப்பாத்தியிருக்கான். கும்புடற தெய்வந்தான் காப்பாத்தியிருக்கு. இல்லேன்னா இந்நேரம்... நான்..."

கண்களில் முட்டிநின்ற நீரை முந்தானையால் துடைத்துக் கொண்டே, "இன்னொரு இட்லி வச்சுக்குங்க" என்றார்.

இராமநாதனுக்கு மனைவியைப் பார்க்க பாவமாயிருந்தது. இவள் கண்ணீர் உண்மைதான் என்றிருந்தது.

"கண்டிப்பா அந்த பையனுக்கு நாம ஏதாவது உதவி செய்யணும்தான். வேலையில்லாதவன்னு சொல்றீங்க, ஒரு வேலை வாங்கிக் கொடுத்திருக்கலாம். ஆயிரமோ ரெண்டாயிரமோ கொடுத்திருக்கலாம்... இல்லேன்னு சொல்லலே. பாலு என்ன சொல்றான்னா..." சற்றே நிறுத்தி கணவனின் முகத்தைப் பார்த்தார். கோபத்தின் அறிகுறிகள் இல்லாதது கண்டு திருப்தியுற்றவராய் தொடர்ந்தார்.

"ஆயிரமோ ரெண்டாயிரமோ வச்சுட்டு மீதியை வேற அக்கவுண்டுக்கு மாத்திடலாம்னு சொல்றான். எனக்கும் அதுதான் சரின்னு படுது. லட்சம் ரூபா கொடுக்கற அளவுக்கு நமக்கு வசதியிருக்கான்னு நீங்களும் யோசிச்சுப் பாருங்க. கஷ்டப்பட்டு நீங்க ஒவ்வொரு காசா மிச்சம் பிடிச்சு சேர்த்தது..."

அதற்கு மேல் கமலம் எதுவும் பேசவில்லை. அவரது பதிலுக்காக காத்திருக்கவுமில்லை. சமையலறையில் வேலை இருப்பது போல அவ்விடத்தை விட்டு அகன்று விட்டார்.

இராமநாதன் யோசித்தார்.

கமலமும் பையனும் சொல்வது சரிதானோ? நான்தான் உணர்ச்சி வசப்பட்டு விட்டேனா? எதையாவது அதில் எழுதிக் கொடுத்திருந்தால் இவ்வளவு அவஸ்தை இல்லையோ? யோசிக்க யோசிக்க கமலம் சொல்வது சரிதானெனப்பட்டது. சிறுகச்சிறுக இந்தப் பணத்தைச் சேர்ப்பதற்குள் எத்தனை கஷ்டங்கள். சின்னதாக மூணு சென்ட் இடமாவது வாங்கிவிட வேண்டும் என்ற முனைப்பில் சேர்த்த பணம். ஓய்வு பெறுவதற்குள் சொந்தமாக வீடு கட்டிக்கொள்ள வேண்டும் என்ற ஆசையில் சேர்த்தது.

பாங்க் மானேஜரிடம் விஷயத்தைச் சொன்னபோது முதலில் கடிந்து கொண்டாலும் பிறகு "இதுக்கு ஏன் இவ்வளவு

சிரமப்படறீங்க. ஸ்டாப் பேமெண்ட் எழுதிக் கொடுங்க. செக் வந்தா நிறுத்தி வச்சுடறோம்" என்றார்.

"சேச்சே... அப்படி வேண்டாம் சார்"

"சரி வேண்டாம், ரெண்டாயிரம் மட்டும் வச்சுட்டு மீதியை வேறே அக்கவுண்டுக்கு மாத்தணுங்கறீங்க... ஒரு வேளை அந்த பையன் ஐயாயிரம்னு எழுதிட்டு வந்தா திருப்பி அனுப்பிடுவோம்" என்றார்.

இப்படியொரு கோணத்தில் அவர் நினைத்துப் பார்க்கவில்லை. ஒரு வேளை ஜோசப்புக்கு இரண்டாயிரத்து மேல் தேவை இருந்து, ஏமாந்து திரும்பிப் போவானோ?

"இப்படிச் செய்யலாம். இரண்டாயிரத்துக்கு மேலே எழுதிட்டு வந்தான்னா உங்களுக்கு போன் செய்யறோம். நீங்களே நேர்ல வந்து பேசிக்குங்க"

இந்த ஏற்பாடு சரியெனப் பட்டது. அன்றிரவு இராமநாதனக்கு உறக்கம் வரவில்லை. ஜோசப் காசோலையை நீட்டி 'பத்தாயிரம் கொடுங்க சார்' என்பதாகக் கனவு வந்தது.

ஜோசப்பை தான் ஏமாற்றி விட்டதாக குற்ற உணர்ச்சி குடைந்து கொண்டேயிருந்ததில் இராமநாதனுக்கு எந்த வேலையிலும் கவனமில்லாமல் போனது. சாப்பாடு கூட குறைந்து விட்டதாக கமலம் குறைபட்டுக் கொண்டார். தினமும் மானேஜரின் போனை எதிர்பார்த்துக் காத்திருப்பது அவருக்கு வாடிக்கையாகிப் போனது. ஒருவேளை இரண்டாயிரத்திற்குள் எடுத்துச் சென்றிருப்பானோ என்ற சந்தேகத்தில் வங்கிக்குச் சென்று பார்த்தார். வரவில்லை.

இப்படியே முப்பது நாட்கள் போல ஓடிவிட்ட போதுதான் ஜோசப்பைத் தேடிக் கண்டுபிடித்து விடவேண்டுமென்ற ஆவல் இராமநாதனுக்குள் ஜ்வாலையாக எழுந்தது. முகவரி வாங்கிக்கொள்ளாத தனது முட்டாள்தனத்தை நொந்து கொண்டார். சம்பவம் நடந்த பேருந்து நிறுத்தத்தில் தினமும் நின்று பார்த்தார். பிரயோஜனமில்லை. தேடத்தேட ஜோசப்பின் முகம் தன் நினைவுகளில் கொஞ்சம் கொஞ்சமாக மறைந்து வருவதைக் குறித்துக் கலக்கமுற்றார்.

கிடைத்தற்கரிய இந்த வாய்ப்பை சாமர்த்திமாய் பயன்படுத்தி கணிசமான தொகையை பார்த்திருக்கலாம் தான். இத்தனை

நாளாகியும் ஜோசப் அப்படிச் செய்யாதது இராமநாதனுக்கு அவன் மீதிருந்த மதிப்பை மேலும் கூட்டிக் கொண்டே போனது.

"அவன் ஒரு ஜென்டில்மேன் கமலா"

கமலத்திற்கும் கணவர் சொல்வது சரியென்று பட்டது. ஒரு வேளை அந்த நிரப்பப்படாத காசோலையை அவன் ஒரு பொக்கிஷம் போல பாதுகாக்கிறானோ என்று நினைத்தார். தினமும் இரவு உணவில் போது இராமநாதன், கமலம், பாலு மூவருடைய பேச்சிலும் ஜோசப் தவறாமல் இடம் பெற்று வந்தான். "இன்றைக்காவது செக் வந்துச்சுங்களா" என்று கமலம் கேட்பதும், இராமநாதன் இல்லையென்று தலையாட்டுவதும் வாடிக்கையாகிப் போனது.

ஒரு நாள் ஜோசப்பின் உருவம் - அடையாளம் - தன்னுள் முற்றிலும் மறைந்து விட்டதை உணர்ந்தார். அன்று அலுவலகத்திற்கு போகப் பிடிக்காமல் வீட்டிலேயே அடைபட்டுக் கிடந்தார். ஜோசப் என்ற ஒற்றை வார்த்தை மட்டுமே தன் உயிருக்கு உத்தரவாதம் தந்தவனின் சுவடாக அவர் நெஞ்சுக்குள் பதிந்திருந்தது.

துடிசையம்பதி விருந்தீஸ்வரர் கோயிலில் கூட்டம் சற்று அதிகம் தான். நீண்ட நாட்களுக்குப் பிறகு இராமநாதன் மனம் அமைதியாக இருந்தது. காசோலையை சுத்தமாக மறந்து விட்டிருந்தார். ஜோசப்பை மறக்கவில்லை. எப்படியும் தன்னைத் தேடி வருவான் என்ற நம்பிக்கை அவருக்குள் பதிந்திருந்தது.

அர்ச்சனைச் சீட்டு வாங்கும் போது ஜோசப் பெயருக்கும் வாங்கு என்றார் கமலத்திடம். கமலம் ஆச்சரியப்படவில்லை. புலியகுளம் அந்தோணியாரிடம் இப்பொழுதெல்லாம் ஜோசப்புக்கான வேண்டுதலையும் கமலம் தவறாமல் வைத்திருந்தார். அப்பொழுது சாவித்திரியின் நினைப்பு மனதில் எழுந்தது. ராமநாதனிடம் சொல்லலாமா என்று யோசித்தார்.

நான்கு வருடமாகிவிட்டது, சாவித்ரி ஆண்டனியை திருமணம் செய்து. கமலமும் இதுவரை சாவித்ரியைப் பார்க்கப் போகவில்லை. பாலு மட்டும் அவ்வப்பொழுது அங்கே பார்த்தேன், இங்கே பார்த்துப்பேசினேன் என்று சொல்வதை கண்களில் நீர் வழிய கேட்டுக் கொண்டிருப்பார்.

'இத்தனை பாசம் வச்சிருக்கியே, ஒரு நாள் அப்பாவுக்குத்

தெரியாம கூட்டிட்டுப் போகட்டுமா' என்றான் பாலு ஒருநாள்.

'வேணாம்டா. அவருக்கு ஏதோ ஒரு பிடிவாதம். பாசமா வளர்த்த தன்னை உதாசீனப்படுத்தி ஒதுக்கிட்டு இடையிலெ வந்த எவனையோ நம்பி போயிட்டாளேன்னு கோபம். இப்ப நானும் அவரை விட்டுட்டு தனியா போய் சாவித்ரியைப் பாத்தேன்னு வச்சுக்க... நானும் அவளோட சேர்ந்துட்டு அவரை ஒதுக்கி வச்சது மாதிரி ஆயிடுமில்லையா. அப்புறம் ரொம்பவுமே உடைஞ்சி போயிடுவாரு, பாவம். வேண்டாம்... விட்டுடு'.

பிரகாரம் சுற்றிவந்து முன் மண்டபத்தில் உட்கார்ந்த போது "பாலு சாவித்ரியைப் பார்த்தானாம்" என்றார் கமலம் மெதுவாக.

இராமநாதன் அது யாருக்கோ சொல்லப்பட்டது போல எங்கோ பார்த்துக் கொண்டிருந்தார். மதில் மேல் உட்கார்ந்திருந்த காகம் பறந்து செல்வதும் மறுபடியும் வந்து உட்காருவதும் பின் பறந்து செல்வதுமாயிருந்தது. இராமநாதன் பார்த்தபோது அந்த காகம் இவரையே கூர்ந்து பார்த்தபடி அசையாமல் உட்கார்ந்திருந்தது.

"ஞாயித்துக்கிழமை வீட்டுக்கு வர்றாங்களாம்"

கமலம் இதை அனுமதி கேட்கும் விதமாகச் சொல்லாமல் தகவலாக மட்டுமே சொன்னார்.

இராமநாதன் முகம் இறுகிக்கிடந்தது.

"உங்களுக்கும் எனக்கும் பழக்கமில்லா யாரோ ஒரு பையன், உங்களோட உயிரை காப்பாத்தியிருக்கான். என்ன மதம்னு அப்ப ஜோசப் உங்களைக் கேட்டானா, அல்லது நீங்கதான் பார்த்தீங்களா? உயிரோட மதிப்பு எல்லோருக்கும் சமமா இருக்குது. சாவித்ரியும் ஆண்டனியை உயிருக்கு உயிரா நேசிச்சிருக்கா. மதம் அவளுக்குத் தெரியலே. உங்களுக்கு ஜோசப்போட மதம் தெரியுதா இப்போ. ஜோசப் பெயர்ல ஐயர் அர்ச்சனை செஞ்சாரே, கடவுள் ஒதுக்கிடுவாரா என்ன? நாம மட்டும் ஏன் சாவித்ரியை ஒதுக்கணும்."

இராமநாதன் மட்டும் தான் சாவித்ரியை ஏற்கவில்லை. கமலம் மனதளவில் என்றோ ஏற்றுக்கொண்டுவிட்டார் என்பது இராமநாதனுக்குத் தெரியும். இருந்தாலும் கமலம், 'நீங்க மட்டும் ஏன் ஒதுக்கறீங்க' என்று தன் ஒருவனை மட்டும் குறிப்பிடாமல் 'நாம மட்டும்' என்று தன்னையும் இணைத்துக் கொண்டது இராமநாதனுக்கு நெகிழ்ச்சியாக இருந்தது. தன் பொருட்டே கமலமும் மகளைப் பிரிந்திருக்கும் வேதனையைப் பொறுத்துக் கொள்கிறாள் என்பது அவருக்கு பெருமையாகவும் கர்வமாகவும் இருந்தது.

மதில்மேல் உட்கார்ந்திருந்த காகம் இன்னும் அவரையை பார்த்தபடியிருந்தது.

அன்று ஞாயிற்றுக்கிழமை.

தயக்கத்துடனும் வேதனையுடனும் பிறந்த வீட்டில் காலெடுத்து வைத்தாள் சாவித்ரி. உள்ளூற ஏதோவொன்று உடைந்து வழியக் காத்திருந்தது.

போர்டிகோவில் உட்கார்ந்திருந்த இராமநாதன் எதுவும் பேசாமல் எழுந்து உள்ளே சென்றார். சாவித்ரி இயல்பாக வீட்டுக்குள் நுழைந்து "அம்மா" என்றாள். கமலம் சமையலறையில் இருந்து ஹாலுக்கு வந்து கணவனைப் பார்த்ததும் சற்றே தயங்கி நின்றார். சாவித்ரி ஓடி வந்து கட்டிக்கொண்டு விசும்பத் தொடங்கியதும் கமலத்தாலும் கட்டுப்படுத்த முடியாமல் போனது. இராமநாதனின் கண்களும் லேசாகக் கலங்கியிருந்தாலும் இறுக்கமான பாவனையில் உட்கார்ந்திருந்தார்.

ஆண்டனி அவனாகவே சோபாவில் உட்கார்ந்து கொண்டான். பாலு முகமெல்லாம் சிரிப்பாக "வாங்க மாமா" என்று வந்தவன் அப்பாவைப் பார்த்ததும் மௌனமாக நின்றான்.

சாவித்ரியின் பையன் துறுதுறுவென்றிருந்தான். கமலத்திடம் "எங்க வீட்டுக்கு நீங்க வந்ததேயில்லையே... நீங்க யாரு" என்று கேட்டான்.

"உங்க வீட்டுல பஸ்சு காரு லாரி கரடி பொம்மையெல்லாம் இல்லியா" என்றான் இராமநாதனைப் பார்த்து.

இராமநாதன் பதில் சொல்லவில்லை.

"உங்களை மாதிரியே ஒரு போட்டோ எங்க வீட்ல இருக்குது" என்றான் சிறுவன்.

இராமநாதன் திரும்பி சிறுவனைப் பார்த்தார். அப்படியே சாவித்ரியை உரித்து வைத்தாற்போல இருந்தான். ஏதோ ஒரு இனம் புரியாத ஈர்ப்பு அவனிடம் பேசத் தூண்டியது.

"உம் பேர் என்ன?" என்றார். இதுவரை யாரிடமும் பேசாத அப்பா தன் மகனிடம் பேசுவது கண்டு ஆச்சரியப்பட்டு சமையலறையிலிருந்து எட்டிப் பார்த்தாள் சாவித்ரி.

"ஜோ..ஓ..சப்" என்று சற்று இழுத்தாற்போல சொல்லிவிட்டு "உங்க பேரு?" என்று எதிர்க் கேள்வி கேட்டான்.

சட்டென இராமநாதனுக்குள் மிகுதியான வாஞ்சை அச்சிறுவன் மீது பெருகியது. தன்னை மறந்தவராய் திரும்பத் திரும்ப 'என்ன பேரு... என்ன பேரு...' என்றார்.

சிறுவன் இராமநாதனை விநோதமாகப் பார்த்தவாறு அவரது காதுக்கு மிக அருகில் வந்து "ஜோசப்... ஜோசப்... ஜோசப்" என்று சத்தமாகச் சொன்னான்.

"சாவித்ரி" என்றார் இராமநாதன்.

சாவித்ரி அந்த கணத்தில் எதுவும் பேசத் தோன்றாமல் நின்றிருந்தாள். இராமநாதன் மீண்டும் உரத்த குரலில் "சாவித்ரி" என்றதும் சுயநிலைக்கு வந்தாள்.

"அப்பா" என்றாள் நெகிழ்வான குரலில்.

(ஆனந்தவிகடன், 29.8.2007)

பூட்டைத் தொலைத்துவிடு

வாஸூ..ஊ...., காயத்ரி அழைக்கும் குரல் தூரத்தில் எங்கோ மலையடிவாரத்திலிருந்து ஒலிப்பது போலக் கேட்டது. காலை ஐந்தரை மணிக்கு அரைத்தூக்கத்தில் இருக்கும் போது வேறு எப்படிக் கேட்கும்.

கீழே வாசல் தெளிக்கும் ஓசை தாளலயத்தோடு காற்றில் வந்தது. கலை ரசனையுடைய யாரும் சுலபத்தில் உள்ளே நுழைந்து விட முடியாதபடிக்கு வாசலை அடைத்துக் கோலம் போடுவார் அந்தப் பெண்மணி. காம்பஸ், ஸ்கேல் போன்ற ஜியாமெட்ரிக் உபகரணங்கள் எதுவும் இல்லாமல் லாவகமாய் ஓடும் அந்த நெளிவு சுழிவுகள் காயத்ரிக்கு மிகவும் பிடிக்கும்.

காயத்ரிக்கு அந்த கொடுப்பினை இல்லை. இருப்பது அபார்ட்மென்டின் முதல் மாடி. ஓரடிக்கு ஓரடி ஸ்டிக்கர் கோலம் ஒட்ட வைத்து திருப்திப்பட்டுக் கொள்ளலாம், அவ்வளவுதான். முதல் மாடியில் தலையை நீட்டிக் கொண்டிருக்கும் வேப்பமரத்தின் உச்சந் தலையுடன் உறவாட வாய்ப்பு கிடைத்திருப்பதே பெரும் பாக்கியம். இதற்கு மேல் வாசல் தெளித்து கோலம் போடும் பெரிய ஆசைகளையெல்லாம் மூட்டை கட்டி வைத்து ஆறுமாதமாகி விடடது.

“வாஸூ..வாஸூஊ...” காயத்ரியின் அழைப்பு வாசுவுக்கு தாங்க முடியாத எரிச்சலை மூட்டியது. இருந்தாலும் தூக்க சுகத்தை இழக்க விரும்பாதபடிக்கு ‘ம்...’ என்ற முனகலுடன் புரண்டு படுத்தான்.

மி வேப்பமரத்துடன் சேர்ந்து மொத்தம் மூன்று பேர்தான். அவ்வப்போது ஜன்னலில் எட்டிப்பார்த்து பாடும் குருவியை கணக்கி லெடுத்துக் கொள்வதற்கில்லை. காயத்ரியும் வாசுவும் வேலைக்குச் சென்றுவிட்ட பிறகு தலையை ஆட்டிக் கொண்டு வேப்பமரம் மட்டும் சாயந்திரம் வரை வீட்டுக்குக் காவல் இருக்க வேண்டியது.

சுற்றம் சூழ வருகை தந்து மணமக்களை வாழ்த்தியருளாத காரணத்தினால் இப்போதைக்கு அவ்வப்போது வந்து போகும் நட்பு முகங்கள் தவிர வேறெந்த சுற்றமும் இல்லை. இரண்டு பக்கமும் எதிர்ப்பு வரும் காதல் திருமணங்களில் உறவுகள் மெல்லத்தான் கூடி வரும். அதுவரை இருவருக்கும் நண்பர்களும் வேப்பமரமும் அவ்வப்போது ஜன்னலில் பேசும் குருவியும் ஆறுதல் அளிக்கட்டும்.

மூன்றாவது முறையாக காயத்ரி மிக அருகாமையில் குனிந்து கூப்பிட்டது வாசுவுக்கு ஆத்திரத்தை மூட்டி கோபப்பட வைத்தது. அது அவன் வார்த்தையிலும் தீயாக வெளிப்படவும் காயத்ரிக்கு திகைப்பாயிருந்தது.

“எதுக்கு இப்படி கத்தறே...”

“காலங்காத்தால என்னாச்சு வாசு. ஏன் இப்படி டென்சனா இருக்கீங்க”

பரிவாக அருகில் வந்தவளை முரட்டுத்தனமாக விலக்கினான்.

“இனிமேல் இந்த வாசு கீசுன்னு பேர் சொல்லி கூப்பிடறதையெல்லாம் நிறுத்திக்க. புரிஞ்சுதா?”

‘என்னடா வாசு... உன் பெண்டாட்டி உன்னை பேர் சொல்லிக் கூப்பிடறாளாமா?’

‘அதுல என்னடா தப்பு கோபி’

‘மக்கு... பொம்பளைங்கள ஆரம்பத்திலேயே அடக்கி வச்சுக்க. கை மீறி போனப்புறம் புலம்பக்கூடாது. அதுவும் உன்னோடது காதல் கல்யாணம். கை நிறைய சம்பாதிக்கவும் வேற செய்யறா. இப்ப பேர் சொல்லுவா, பிறகு வாடான்னு சொல்லுவா, துணி துவைக்கச் சொல்லுவா... இப்படியே போனா அப்புறம் அல்லி ராஜ்ஜியந்தான். ஏதோ அனுபவப்பட்டவன் சொல்றேன், பார்த்து ஆம்பளையா நடந்துக்க. ஆரம்பத்துல தூங்கிட்டு அப்புறம் கூஜா தூக்காதே.’

அலுவலக நண்பன் கோபி சொன்னதை ஆரம்பத்தில் அலட்சியப்படுத்தினாலும் திரும்பத்திரும்ப அவன் வலியுறுத்திச் சொன்னதை யோசித்துப் பார்த்ததில் அதில் உண்மையிருக்குமோ என்ற ஐயம் வாசுவுக்கு லேசாக தோன்றியது. இந்த அதிகாலை நேரத்தில் அது வலுப்பெற்று மனதில் நிலைகொள்ளவும் செய்தது.

திருமணமாகி முதல் முறையாக வாசுவிடமிருந்து இப்படியொரு முகத்தை எதிர்கொண்ட காயத்ரி சற்று திகைத்துத்தான் போனாள். கோபத்திற்கான காரணத்தை இனம் கண்டுகொள்ள முடியாத ஒரு தவிப்பு அவளெங்கும் பரவியது. அவசரப்பட்டுவிட்டோமோ என்று மனதின் மூலையில் துளிர்விட எத்தளித்த எண்ணத்தை முளையிலேயே கிள்ளி எறிந்துவிட்டு சமையல் வேலையில் மூழ்கினாள்.

"வாஸூ... சாப்பிட வாங்க"

மறுபடியும் வேதாளம் முருங்கை மரம் ஏறிக்கொண்டது.

"ஒரு தடவை சொன்னா உனக்கு புரியாதா. இப்பதானே சொன்னேன். பேர் சொல்லிக் கூப்பிடாதேன்னு"

"இத்தனை நாளும் அப்படித்தானே கூப்பிட்டுக்கிட்டு இருக்கேன். இப்ப மட்டும் ஐயாவுக்கு என்ன கோபம் பொத்துகிட்டு வருது"

"உங்கம்மா உங்கப்பாவை இப்படித்தான் கூப்பிடுமா"

"அவங்க காலம்வேறே. நம்ம மாதிரி அவங்க காதலிச்சுக் கல்யாணம் பண்ணிக்கலே"

"ஆமா, அதைப் பண்ணிட்டுத் தான் இப்ப முழிக்க வேண்டியிருக்கு"

"ஏன் இப்படி சலிச்சுக்கறீங்க வாசு"

"அவனவன் கேலியாப் பேசுறான் ஆபீசுல. மானம் போகுது"

"பேர் சொன்னா மானம் போயிடுமா"

"ஆமா, இன்னிக்கி வாசும்பே. நாளைக்கு டேய் வாசும்பே"

"எதுக்காக இப்படியெல்லாம் கற்பனை பண்ணிட்டு பேசறீங்க வாசு"

"ந்தா... பார், மறுபடியும் வாசுன்னு கூப்பிடாதே... கெட்ட கோபம் வரும்"

அவள் முகத்துக்கு எதிராக விரலை நீட்டி எச்சரிக்கும் தோரணையில் பேசியது காயத்ரிக்கு அவமானமாகப்பட்டது. சட்டென்று கண்களில் நீர் கோத்துக் கொண்டது. தட்டு வைத்து இட்லியை பரிமாறினாள்.

“இதையெல்லாம் நீயே கொட்டிக்க” தட்டைத் தள்ளிவிட்டு எழுந்து வேகமாக ஸ்கூட்டரை உதைத்து அலுவலகம் சென்று விட்டான். காயத்ரி பஸ் பிடித்து அலுவலகம் செல்லும் போது மணி பதினொன்று ஆகிவிட்டது.

மாலையில் வாசு வீடு திரும்பியபோது, காயத்ரி ஹாலில் உட்கார்ந்து டிவி பார்த்துக் கொண்டிருந்தாள். இவன் வந்ததை கவனிக்காதது போல இருந்தாள். இரண்டு மூன்று முறை பீரோவை சத்தமாக திறந்து மூடி தனது இருப்பைத் தெரியப்படுத்தியும் காயத்ரி அசைந்து கொடுப்பதாகக் காணோம்.

காலையிலிருந்தே சாப்பிடாததால் பசி வயிற்றைப் பிசைந்தது. வெளியில் சென்று சாப்பிட்டால் ‘என்ன வீட்டுக்காரம்மாவோட ஊடலா’ என நண்பர்கள் கேலி பேசுவார்கள் என்று பயந்து விரதம் என பொய் சொல்லி மதிய உணவை தவிர்த்ததின் முட்டாள்தனம் இப்பொழுது உரைத்தது. பயங்கரமான தனிமை அவனை ஆட்கொள்ள சுய இரக்கம் மேலெழுந்தது. பசி கோபத்தை மேலும் கிளறி விட்டது.

அவளாகவே காபி கொண்டு வருவாள் என காத்திருந்தான். அதற்கான அறிகுறிகளே இருப்பதாகத் தெரியவில்லை. இவனாக வலிய போய் கேட்கவும் சுயமரியாதை இடம் கொடுக்கவில்லை.

விட்டுக் கொடுத்து வலிந்து போய்க் கேட்டால் ஆரம்பத்திலேயே சரணடைந்துவிட்ட தோற்றம் உண்டாகிவிவதை அவன் விரும்பவில்லை. தனது முதல் தோல்வி அவளுக்கு பலத்தைக் கூட்டிவிடக் கூடும். மனைவியிடம் விட்டுக் கொடுத்தல் தனக்கு தோல்வியா வெற்றியா என்ற குழப்பம் வேறு வாசுவை ஆட்டிப் படைத்தது.

மெதுவாய் சமையலறைக்குள் சென்று பாத்திரங்களை திறந்து பார்த்தான். எல்லாம் காலி. காலையில் செய்த மூன்று இட்லி மட்டும் காய்ந்து போய் கிடந்தது. தொட்டுக்கொள்ள எதுவுமில்லை.

‘இட்லியே சும்மாவே சாப்பிடுவேன், தொட்டுக்க நீ மட்டும் இருந்தா போதும் காயத்...’

தொட்டுக்கொள்ள காயத்ரி ஹாலில் இருந்தாள். சர்க்கரை டப்பாவில் இருந்தது. சர்க்கரையுடன் சேர்ந்த இட்லி தொண்டையில் சிக்கி ‘காயத்ரி... காயத்ரி...’ என கதறியது.

“தண்ணி”

ஏனென்று கேட்க ஆளில்லை. தானே எழுந்து மொண்டு குடித்து

படுத்துக்கொண்டான்.

எப்படியும் படுக்கும் முன்பாக பேசுவாள் என்றிருந்தவனுக்கு ஏமாற்றம். எப்போது வந்தது என தெரியாமலேயே தூக்கம் வாசுவை தழுவிக்கொள்ள காலையில் திடுக்கிட்டு விழித்த போது மணி எட்டு.

குளித்து முடித்து டைனிங் டேபிளில் வந்து உட்கார்ந்தான். அதற்கு முன்னாலேயே காயத்ரி சாப்பிட்டுக் கொண்டிருந்தாள். வாசு உட்கார்ந்ததை அவள் பொருட்படுத்தவில்லை. அவனுக்கு அவமானமாயும் எரிச்சலாயும் இருந்தது. ஆனாலும் பசி. இரவில் சாப்பிட்ட இட்லி போதவில்லை. தானாகவே தட்டு எடுத்து உப்புமாவை போட்டுக்கொண்டு உட்கார்ந்தான்.

வேப்பமரம் அசையாமல் மௌனவிரதம் பூண்டு அமைதியாகப் பார்த்துக் கொண்டிருந்தது. குருவியின் சுவடே தெரியவில்லை. அவைகளுக்கு இச்சூழ்நிலை புதிதாக இருந்திருக்கக் கூடும். புரியாமலும் இருந்திருக்கும். மனிதப் புதிர்களை விடுவிக்க அவைகளுக்கு சக்தியேது.

இயற்கையும் ஒரு புரியாத புதிர்தான். அதை புரிந்து கொண்டதாகக் காட்டிக் கொள்வது மனிதனின் பாவனை. அந்த பாவனையினாலேயே மீண்டும் மீண்டும் சிக்கல்களில் மாட்டிக் கொள்கிறான். தன்னிடம் அமர்ந்து ஆசுவாசப்படுத்திக் கொள்ளும் காக்கை தன் மீதே எச்சமிடுகிறதென்று எந்த ஆலமரமும் புலம்புவதில்லை. ஒன்றோடொன்று இசைந்திருப்பது இயற்கை. இசைவு கெட்டுப்போனால்...? இப்படித்தான் ஒரு அடி இடைவெளியில் உட்கார்ந்திருந்தாலும் பல மைல்தூரம் விலகி நிற்பதான நிலை. காயத்ரியும் வாசுவும் இருக்கும் நிலை.

"நேற்று டாக்டர் கிட்ட போயிருந்தேன்" சுவரைப் பார்த்து சொன்னாள் காயத்ரி.

சுவர்களுக்கும் காது இருக்கிறது என யாரோ சொல்லி இருக்கிறார்கள்.

"எதுக்கு?"

"கன்ஃபர்ம் ஆயிடுச்சு"

"என்ன"

"கர்ப்பம்"

"வேண்டாம் கலைச்சுடு. இப்ப அது ஒன்னுதான் கொறச்சல்" கோபமாய் சொன்னான்.

"இப்ப கோபப்பட்டு என்ன செய்யறது. நான் சொன்னப்பவே

நீங்க கேட்டிருக்கணும்"

"புத்தி சொல்ல வேண்டாம், கலைச்சுடு"

"என்னாலே முடியாது"

"அப்படீன்னா..."

"ஒரு உயிரை அழிக்க என்னால முடியாது"

"அப்ப நான் சொல்றதுக்கு என்ன மதிப்பு"

"என்னோட பேச்சுக்கு நீங்க மதிப்பு கொடுத்தீங்களா முதல்ல. யோசிச்சுப் பாருங்க. எப்படியும் ஒரு வருசத்துக்குள்ள நம்ம ரெண்டு குடும்பமும் சேர்ந்திடுவாங்க, அப்புறம் குழந்தையைப் பத்தி யோசிப்போம். பெரியவங்களும் துணையா இருப்பாங்கன்னு ஏற்கனவே சொன்னேன். நீங்க கேட்கலே. இப்ப நான் மட்டும் எப்படி கேட்க முடியும்."

"அப்புறம் எதுக்காக இதை எங்கிட்ட சொல்லணும் இப்ப"

"வளர்ற புள்ளைக்கு தகப்பனாச்சே. சொல்லாம முடியுமா"

"ஏதோ இந்த மட்டுலயாவது மரியாதை இருக்கே. சந்தோசம்"

"எனக்கும் சந்தோசம் தான். நீங்க தான் அதை கெடுத்துட்டு அலையறீங்க."

"ஆமா. இனி தெருத்தெருவா அலையறது ஒன்னுதான் பாக்கி. வீட்டைப் பகைச்சுட்டு உம்பின்னாடி வந்தேன் பாரு. எம் புத்திய செருப்பால அடிக்சுக்கணும்."

"இந்த வயது ஆம்பிளைகளுக்கு பக்குவம் பத்தாதுன்னு அப்பா அப்பவே சொன்னார். அது இப்ப சரியாப் போச்சு."

"ஏன்? காதலிச்சுட்டு இருக்கும் போது பக்குவம் தெரியலியா? அப்ப உரசிட்டு வந்தியே... அதுக்குள்ள மறந்து போச்சா?"

"நீங்க மட்டும் என்ன சத்தியவானாட்டம் ஞாயம் பேசுறீங்க. பேங்க் சம்பளம். அழகான பொண்ணுன்னு நாக்கைத் தொங்கப் போட்டுக்கிட்டே எம்பின்னாடி அலைஞ்சீங்களே... ஞாபகம் இருக்கா"

"இவ்வளவு திமிரா பேசுவேன்னு தெரியாமப் போச்சு"

"நீங்களும் இவ்வளவு சுயநலமா இருப்பீங்கன்னு தெரியாமப் போச்சு"

பேச்சு ஆரம்பமும் முடிவுமற்றதாகப் போய்க் கொண்டு இருந்தது. இருவருக்குமான இடைவெளியில் வார்த்தைகள் குவிந்து அள்ளமுடியாதபடிக்கு குவிந்து கிடந்தது. நாணயத்தின் இரு

பக்கங்களாக அருகருகே இருந்தாலும் ஒருவரையொருவர் பார்த்துக் கொள்ளாமல் முதுகு காட்டிக் கொண்டிருந்தார்கள். பூவா தலையா விளையாட்டில் சதா யாராவது ஒருவர் தோற்றுக் கொண்டேயிருந்தார்கள்.

மௌனமாக சாப்பிட்டு, மௌனமாக டிவி பார்த்து, மௌனமாக தூங்கி, சத்தமாக சண்டையிட்டுக் கொண்டார்கள். இருவரும் தோற்றுக் கொண்டிருக்கும் சிக்கலான ஒரு விளையாட்டை விடாமல் ஆடிக் கொண்டிருந்தார்கள்.

இடையில் ஒருநாள் கோபி வீட்டுக்குப் போயிருந்தான் வாசு. இவனது வருகை அவன் மனைவிக்குப் பிடிக்கவில்லை என்பது காபி கொடுத்த விதத்திலேயே தெரிந்தது.

"ஏண்டி... காபியிலே சர்க்கரையே போடலே. கழுதைக்கு எதையெத மறக்கறதுங்கற வெவஸ்தையே இல்லாம போச்சு"

வாசுவுக்குக்கூட கோபி அப்படி பேசியது சற்று அதிகப்படியாகத்தான் தெரிந்தது. அதன் எதிரொலி சமையல் கட்டிலிருந்து புயலாக வெளிப்பட்டது.

"வரும்போது சர்க்கரை வாங்கியாறச் சொன்னனே ஞாபகம் இருக்குதாய்யா. மறந்துட்டு வந்து இங்க அதிகாரம் வேற. இனிமேல் கழுதை கிழுதைன்னு சொன்னே..."

'சொன்னே...' என அவன் மனைவி நிறுத்திய வார்த்தை ஆயிரம் அர்த்தங்களைத் தாங்கி நின்றது.

பொங்கலுக்கு இன்னும் மூன்று நாட்களே இருந்தன. இருவரும் எட்டிக்குப் போட்டியாய் இருந்ததில் வீடு நாறிப் போய்க் கிடந்தது. பொங்கலுக்கு காயத்ரியின் அம்மா வருவதாக கடிதம் போட்டிருந்தாள்.

மௌன தாம்பத்தியத்தில் சிக்கி தவித்தவளுக்கு அம்மாவின் கடிதம் ஆறுதலாக இருந்தது. கூடவே பயமும். நாங்கள் குடும்பம் நடத்தும் லட்சணம் தெரிந்து விட்டால் குமைந்து போய்விட மாட்டாளா? குறைந்தபட்சம் வீட்டையாவது சுத்தமாக வைத்திருக்கலாமே என ஆசைப்பட்டவளுக்கு அந்த வேலையே மலைப்பாக இருந்தது.

சரி, வெட்கத்தை விட்டு கேட்டுவிட வேண்டியதுதான்.

"இன்னைக்கு ஒரு நாள் லீவு போட்டீங்கன்னா வீட்டை சுத்தம் பண்ணிடலாம். நாளன்னைக்கு போகி. பிறகு பொங்கல்.

பொங்கலுக்கு அம்மா வர்றேன்னு லெட்டர் போட்டிருக்கா. நீங்களும் ஹெல்ப் செஞ்சீங்கன்னா பரவாயில்லே..."

"ம்..."

இறுக்கமாக பதில் வந்தது, சம்மதமா இல்லையா என அறிந்து கொள்ள முடியாதபடிக்கு.

மௌனமாகவே துப்புரவு பணி நடந்தது. வார்த்தைகளை வாயில் பூட்டி வைத்திருந்தார்கள். வாசு ஓர் அறையையும் காயத்ரி வேறொரு அறையையும் ஒழித்துக் கொண்டிருந்தார்கள். வாசுவின் கைக்கு அலமாரியின் மேல் அடுக்கில் வைக்கப்பட்டிருந்த ஒரு காகிதக் கட்டு அகப்பட்டது.

எடுத்துப் பார்த்தான்.

அது இருவரும் முன்னொரு காலத்தில் எழுதிக் கொண்ட காதல் கடிதங்கள். திருமணம் முடிந்த மறுநாள் வாசு இந்தக் கடிதங்களையெல்லாம் ஒரே கட்டாகக் கட்டி அலமாரியில் வைக்க எத்தனித்துக் கொண்டிருந்தான்.

'எதுக்கு வாசு இந்த கடிதங்களையெல்லாம் பத்திரப்படுத்தறீங்க'

'இதுதானே நமது காதலுக்கு சாட்சி காயத்'

'இனிமே இந்த சாட்சியெல்லாம் எதுக்கு வாசு'

'ஒருவேளை நான் உன்னை விட்டுட்டு ஓடிட்டேன்னு வச்சுக்க. அப்ப கோர்ட் கேசுன்னு அலைய உனக்கு சாட்சி தேவைப்படுமே... அதுக்காக இருக்கட்டும்'

'ச்சே... அசட்டுத்தனமா பேசாதீங்க வாசு. அக்னி சாட்சியா இல்லாட்டியும் மனசாட்சிப்படி நாம சேர்ந்திருக்கோம். இனிமேல் இப்படியெல்லாம் பேசாதீங்க' உணர்ச்சி வசப்பட்டு அழுதவளை அணைத்துக் கொண்டான் வாசு.

இப்பொழுது இந்த கடிதக் கட்டுகளைப் பார்க்கையில் எரிச்சலாக வந்தது. அந்தக் கோபத்தில் அதை பொத்தென்று தரையில் போட்டான். விழுந்த வேகத்தில் கட்டு அவிழ்ந்து மொசைக் தரையில் ஒவ்வொரு தாளாய் வழுக்கிச் சென்று அடுத்த அறையில் வேலையாயிருந்த காயத்ரியின் பாதம் வரை பரவி நின்றது.

வாசு குனிந்து அசுவாரசியமாக இறைந்து கிடந்தவைகளை குப்பையில் போடும் எண்ணத்துடன் சேகரித்தான். ஒரு கடிதம் காற்றில் தானாக பிரிந்து கொள்ள எதேச்சையாய் எடுத்துப் படித்தான்.

'டியர் காயத்.... என் அம்மா என்னை வாசுதேவா என நீட்டி

இழுத்துக் கூப்பிடும் போது எரிச்சலாய் வரும். அழகான பெயர்கள் ஆயிரம் இருக்க இப்படியொரு புராணப் பெயர் எனக்கு வாய்த்ததை எண்ணி வெறுப்பாய் இருந்த அந்த கணத்தில் வாஸு... என நீ அழைத்தபோது, எனக்கே ஆச்சரியமாக இருந்தது. இவ்வளவு அழகா என் பெயர்? மீண்டும் மீண்டும் கூப்பிட மாட்டாயா என ஏங்க வைத்தது உன் இனிமையான குரல்...'

அடுத்த கடிதத்தை கை தானாகவே பிரித்தது.

'நரகத்தை விட தனிமை கொடுமையானது வாஸு. சுற்றிலும் பலர் இருந்தும் நீயில்லாத நேற்றைய பொழுது எனக்கு தனிமையாய்க் கசந்தது. அந்த தனிமையில் துணையாய் இருந்தது உன் கடிதங்களே. அத்தனையும் மனப்பாடம் செய்து விட்டேன் வாஸு. கடிதத்தில் உன்னைக் காண்பதில் இன்பம் அதிகம் தெரியுமா. நேரில் பார்க்கும் போது எங்கே பேச முடிகிறது? கண்ணோடு கண் மௌனமாய் பார்த்துக் கொண்டிருந்துவிட்டு கடைசியில் பூங்கா வாட்ச்மேன் வந்து சார் மணி எட்டரை என சொல்லும்போது தானே நிஜத்திற்கு வருகிறோம்...'

மேலும் இரண்டு, மூன்று கடிதங்களை படித்து முடித்த வாசுவுக்கு மனது லேசானது மாதிரி இருந்தது. மனதில் அழுந்திக் கிடந்த பாரம் விலகிய பிரேமை ஏற்பட்டது. கண்கள் லேசான துளிர்த்திருந்தது.

ச்சே... இவ்வளவு பெரிய முட்டாளா நான். புரிந்து கொள்ள முடியாமல் முரண்டு பிடிக்கும் சுயநலமியா. பாவம் காயத்ரி இந்த ஒரு வாரமாய் பேசிக் கொள்ளாமல் எப்படித் துடித்திருப்பாள்? தனிமை அவளைத் துவைத்திருக்குமே. கடவுளே... ஏன் இப்படி நடந்தது? எதன் பொருட்டு?

காயத்ரி என்னை மதிக்க மாட்டாளென்று எவனோ ஒரு கோபி சொன்னதை எப்படி என்னால் வேதவாக்காக எடுத்துக் கொள்ள முடிந்தது. கோபியின் மனைவி எந்த அளவுக்கு அவனை மதிக்கிறாள். கணவனாகவா அல்லது காபிபொடி, சர்க்கரை வாங்கிவரும் வேலையாளாகவா. பொருளாதார நிர்பந்தங்களுக்காக 'கழுதை'களை அவள் சகித்துக் கொண்டிருக்கிறாளா. பதிலுக்கு அவள் 'பன்னி' என்று சொன்னால் கோபியால் என்ன செய்துவிட முடியும்?

சரி... காயத்ரி எதற்காக என்னை சகித்துக் கொண்டாள். பொருளாதார பலம் என்னைவிட அதிகம் அவளுக்கு. தாய் தந்தையரை உதறி வந்தவளுக்கு யார் ஆதரவாக இருக்க முடியும்? வேளாவேளைக்கு கொட்டிக்கொள்ள சோறும் பார்க்க டிவியும்

போதுமா. அக்கடா என சாய்ந்து கொள்ள ஒரு தோள் வேண்டாமா.

வாசுவுக்கு நினைக்க நினைக்க தன் மீதே கோபம் வந்தது. தலையை உயர்த்தி காயத்ரியைப் பார்த்தான். அவளும் ஒரு கடிதத்தை வைத்துப் கொண்டு இவனைப் பார்த்தபடி தரையில் மண்டியிட்டு உட்கார்ந்திருந்தாள்.

'காயத்... இவ்வளவு நேரம் நீயுமா கடிதங்களை படித்துக் கொண்டிருந்தாய் உன்னைப் புரிந்து கொண்டேன் காயத்... ப்ளீஸ் வாஸு...ன்னு கூப்பிடேன்.. ப்ளீஸ் காயத்' மனசு கெஞ்சியது.

அது காயத்ரிக்கும் கேட்டிருக்க வேண்டும்.

"வாஸு..."

"காயத்..."

இருவருக்கும் இடையே இருந்த மாயத்திரை பட்டென விலகியது. வாய்ப்பூட்டு திறந்து கொண்டது. பூட்டையும் சாவியையும் தலையை சுற்றி வீசினார்கள். அது கண்டெடுக்க முடியாது தூரத்தில் போய் விழுந்தது.

வேப்பமரம் காற்றின் வழியாக குருவிக்கு சேதி அனுப்பியிருந்தது. இதோ... குருவியும் வந்தாயிற்று. குருவி இப்பொழுது தன்னோடு ஒரு ஜோடியையும் சேர்த்துக்கொண்டு வந்திருக்கிறது. அந்த வெட்கமும் சந்தோசமும் அதன் சிறகடிப்பிலும் குசுகுசு பேச்சிலும் அப்பட்டமாய்த் தெரிந்தது.

காயத்ரி-வாசு, வேப்பமரம், மீனா-பாலு (குருவிகளுக்குப் பெயர் வைத்த புண்ணியத்தைக் கட்டிக் கொண்டவள் காயத்ரி) ஆக மொத்தம் இப்பொழுது வீட்டிலிருக்கும் ஐந்து பேரும் சில நாட்களில் வரவிருக்கும் காயத்ரியின் அம்மாவையும் சில மாதங்களில் வரவிருக்கும் குட்டிப் பாப்பாவையும் வரவேற்கத் தயாராகி விட்டார்கள்.

(ஆனந்தவிகடன், 1999)

பச்சைக் கண்ணாடி

அன்றைய செய்தித்தாளில் கன்னிராசிக்கு நேராக 'தொட்டது துலங்கும்' என்று போட்டிருந்தது. தினப்பலன் பார்ப்பது இப்போது கொஞ்ச நாட்களாகவே ஆனந்தனுக்கு வழக்க மாகி விட்டிருந்தது. எப்படி தொற்றியது என்று தெரியாமல் தொற்றிக் கொண்ட பழக்கம்.சில நாட்கள் அதற்கு ஏற்ற வாறு நடந்ததும் உண்டு அல்லது அன்றைய நிகழ்ச்சிகளை அசைபோட்டு அசைபோட்டு மனது அந்தப் பலனுக்கு ஏற்றவாறு நிகழ்வுகளை உருவகப்படுத்திக் கொண்டதும் உண்டு. பின்னதுதான் அனேகமாக நடக்கும். ஆனால் இன்றைய பலன் வேறொரு ரூபத்தில் வேறொரு அர்த்தத்தில் நிகழ்ந்துவிட்டது. தொட்டது துவண்டுவிட்டது.

ஆனந்தன், இளங்கலை பட்டப்படிப்பு முடித்து விட்டு வேலை தேடிக் கொண்டிருக்கும் ஒரு சராசரி இளைஞன். சிகரெட், மது போன்ற பழக்கம் எதுவும் இல்லாதவன் என்ற நற்சான்றிதழும் உண்டு. அண்ணன் பார்க்கும் உத்தியோகத்தில் குடும்பம் ஓடிக்கொண்டிருந்தது. குடும்பம் என்றால் அண்ணன், அண்ணி, ஆனந்தன் மற்றும் அண்ணனின் இரண்டரை வயது குழந்தை நிகில் அவ்வளவுதான்.

காலையில் மூக்குக் கண்ணாடியை கழற்றி மேசைமீது வைத்துவிட்டு கண்ணாடி பார்த்து ஷேவிங் செய்து கொண்டிருந்தான் ஆனந்தன். நிகில் பக்கத்திலேயே விளையாடிக் கொண்டிருந்தான்.

படிக்கவும் செய்யாமல் சம்பாதிக்கவும் முடியாமல் இந்த இடைப்பட்ட வேலை தேடிக்கொண்டிருக்கும் காலம் ஒரு இளைஞனுக்கு வேதனையானது. யாராவது யதார்த்தமாய் ஏதாவது கேட்டாலும் 'சுருக்' என்று தைக்கும் மனசு. சதா பிறருக்கு பாரமாயிருக்கிறோம் என்று புலம்பிக் கொண்டேயிருக்கும்.

யாராவது விருந்தினர் வீட்டுக்கு வந்து 'என்ன பண்ணிட்டிருக்கே ஆனந்தா..' என்று கேட்டால் 'சும்மா இருக்கேன் வேலை தேடிட்டு' என்று சொல்வதற்குள் ஒரு அவமானம் வந்து ஆளை அழுத்திக் கொண்டுவிடும். 'சும்மா இருந்தால்' வாலிபப் பருவத்தில் ஒரு மரண தண்டனை.

இந்த ஒன்றரை வருட 'சும்மா இருந்த' வேதனையைச் சற்றுக் குறைக்க உதவியவன் நிகில்தான். அவனது சுட்டித்தனமும், இப் பொழுதுதான் சரியான உச்சரிப்புக்கத் திரும்பிக் கொண்டிருக்கும் அவனது பேச்சும் ஒரு தனி உலகத்துக்கே அழைத்துச் சென்றுவிடும். குழந்தையைக் கொஞ்சும்போது தானும் ஒரு குழந்தையாக மாறிப்போதல் மிகப்பெரிய பாக்கியம். நாம் தொலைத்துவிட்ட ஒன்று கண்ணெதிரே கிடைக்கும்போது ஏற்படும் பரவசம் அது.

அழுகையை மட்டுமே மொழியாகக் கொண்டு பிறக்கும் உலகத்தின் அத்துணை குழந்தைகளும் அன்புக்கு மட்டுமே கட்டுப்பட்டவர்களாய் இருந்து, பின்னாளில் தான் எனது என்ற கண்ணாடிக் கூண்டுக்குள் அடைபட்டுக் கொள்வது விசித்திரம் தான். அன்பு ஒன்றே இவ்வுலகை பார்த்தவுடன் மனிதனுக்குத் தெரிந்தது. அதனாலேயே சற்று பரிவாக பேச சட்டென ஒட்டிக் கொள்கின்றன குழந்தைகள்.

பதினொரு மணிக்கு இன்டர்வியூவுக்குச் செல்ல வேண்டும். மணி இப்பொழுதே ஒன்பது முப்பது. அவசரமாக ஷேவிங் செய்து கொண்டிருக்கும்போது தான் நிகில் வந்தான்.

மேஜையின் மேற்பரப்பு அவன் கைக்கு எட்டவில்லை. எம்பி எம்பி துழாவியவனுக்கு கையில் மூக்குக்கண்ணாடி தட்டுப்படவே அதை எடுக்க முயன்று கடைசியில் மேசையிலிருந்து தட்டி விட்டான். அது வேகமாக சென்று சுவற்றில் மோதி சுக்கலாகி பின் தரையில் விழுந்து மேலும் உடைந்தது.

ஆனந்தனுக்கு திருதிருவென கோபம் தலைக்கேற நிகிலின் கன்னத்தில் ஓர் அறை விட்டான். குழந்தை 'வீல்' என்று கத்திக் கொண்டே சிவகாமியிடம் - நிகிலின் அம்மாவிடம் - ஓட ஆனந்தன் கீழே உட்கார்ந்து கண்ணாடிச் சில்லுகள் ஒவ்வொன்றாக சேகரிக்க ஆரம்பித்தான். புதிதாகக் கண்ணாடி வாங்க அண்ணனிடம் பணம் கேட்க வேண்டுமே என்று நினைக்கையில் சங்கடமாக இருந்தது.

அண்ணி வேகவேகமாக வந்து மூச்சிரைக்க ரௌத்திரமாய்க் கத்தினாள். அண்ணியை இந்தக் கோலத்தில் இதுவரை பார்த்ததில்லை ஆனந்தன்.

"கொழந்தையை அடிக்கறதுக்கு ஒரு அளவு இல்லையா? நீயெல்லா மனுஷனா இல்ல மிருகமா..?"

அண்ணி இப்படி திட்டுவாள் என்று ஆனந்தன் எதிர்பார்க்கவில்லை. அண்ணியின் கோபத்தைக் குறைக்க "ஐயம் சாரி அண்ணி" என்றான்

"என்ன சாரி, இப்படியா அடிக்கறது..? பாரு கன்னமே கத்திப் போயிருக்குது"

அப்பொழுதுதான் அண்ணி கையிலிருந்து குழந்தையை பார்த்தான் ஆனந்தன். இன்னும் விசும்பிக் கொண்டே இருந்தான். கன்னம் ரத்தச் சிவப்பாக சிவந்திருந்தது. இவன் 'வா' என்று கை நீட்ட அம்மாவின் தோள்பட்டைக்குள் ஒளிந்து கொண்டான்.

ஆனந்தனுக்கு தன் மீதே வெறுப்பாய் வந்தது. 'ச்சே... இவ்வளவு கொடூரமானவனா நான்...? இப்படி ஒரு அறை விட எப்படி மனசு வந்தது எனக்கு...?' துவண்டு கிடக்கும் குழந்தையைப் பார்க்கப் பார்க்க மனசு விம்மியது. இன்டர்வியூ போக வேண்டும் என்பது சுத்தமாய் மறந்து போனது. சாப்பிடப் பிடிக்கவில்லை. அண்ணி இன்னும் கோபம் மாறாமல் திட்டிக்கொண்டே இருந்தாள்.

"தெண்டச்சோறு தின்னுட்டு ஊர் சுத்தறதும் இல்லாம கொழந்தையை இப்படியும் அடிச்சிருக்கானே... பச்ச புள்ளைன்னு பாக்காம இப்படியா? எல்லாம், அவரு கொடுக்கிற செல்லம் தான்."

தண்டச்சோறு என்ற வார்த்தைப் பிரயோகம் மனசுக்குள் முள்ளாய் தைத்தது. தனக்கு இன்னும் வேலை கிடைக்காதது எவ்வளவு பெரிய கொடுமையாக இருக்கிறது. இந்தக் கொடுமைதான், இந்த ஏக்கம்தான், தாளமாட்டாமல் வெளிப்பட்டு விட்டதோ... அப்போது நிகில் பக்கத்தில் இருக்க அவன் கன்னத்தில் இறங்கி விட்டதோ, தனது இயலாமைதான் வன்முறையாக

வெளிப்பட்டு விட்டதோ?

ஆனாலும் தெரியாமல் செய்துவிட்டேன் மன்னித்துக் கொள்ளுங்கள் அண்ணி என்று சொன்ன பிறகும் ஏன் இப்படி கரித்துக் கொண்டிருக்கிறாள். வீட்டில் இருக்கப் பிடிக்காமல் வெளியே கிளம்பினான் ஆனந்தன். அண்ணியிடம் சொல்லவில்லை. சைக்கிளை எடுத்துக்கொண்டு பக்கத்தில் உள்ள ஒரு சிறு பூங்காவுக்குப் போய் அமர்ந்து கொண்டான். இந்நேரம் இன்டர்வியூ முடிந்திருக்கும்.

நிதானமாய் யோசிக்கையில் அண்ணி திட்டியது நியாயமாகப் பட்டது. தான் அடித்து குழந்தை எவ்வளவு தான் அழுதாலும் ஒரு தாயால் பொறுத்துக் கொள்ள முடிவதுவதைப் போல் மற்றவர் தன் குழந்தையைத் தொட்டு விட்டால் சும்மாயிருக்க முடிவதில்லை. அண்ணியும் அதைத்தான் வெளிப்படுத்தியிருக்கிறாள். நான்தான் அண்ணியைத் தவறாகப் புரிந்து கொண்டுவிட்டேன் போலும் என்று வருத்தப்பட்டான்.

வீட்டுக்குப் போனபோது மதியம் ஒரு மணி ஆகிவிட்டிருந்தது. வீட்டுக் கதவில் பூட்டு தொங்கியது. சுற்றும் முற்றும் பார்த்து தயங்கி நின்ற ஆனந்தனிடம் பக்கத்து வீட்டு பாட்டி, "என்னப்பா ஆனந்தா, கொழந்தையை இப்படியா அடிப்பே.... கன்னமெல்லாம் புசுபுசுவென்று வீங்கிப்போச்சு? உன்னைத் தேடித் தவிச்சிட்டு இப்பத்தான் அவனை ஆஸ்பத்திரிக்கு எடுத்துட்டு போயிருக்கா சிவகாமி. அப்படியே அவ அம்மா வீட்டுக் போறேன்னு சொல்லிட்டுப் போனா."

ஆனந்தனுக்கு பதற்றமாயிருந்தது. "எந்த ஆஸ்பத்திரி பாட்டி...?" பயமாக கேட்டான்.

"தெரியலையே"

அண்ணனுக்கு போன் செய்யலாமா என்று ஒரு கணம் யோசித்தவன் பிறகு அந்த எண்ணத்தை மாற்றிக் கொண்டு பக்கத்தில் வழக்கமாகச் செல்லும் கிளினிக் நோக்கி சைக்கிளை வேகமாக மிதித்தான். ஆனால் அங்கு அண்ணி இல்லை.

வேறு எங்கு போயிருப்பாள். வேறு டாக்டர் என்றால் பத்து கிலோமீட்டர் தள்ளி டவுனுக்குத்தான் போக வேண்டும். எதற்கும் அண்ணியின் அம்மா வீட்டில் பார்த்துவிடலாம் என முடிவு செய்தான். இங்கிருந்து சிறிது தொலைவில்தான் சிவகாமியின் அம்மா வீடு.

போனபோது, 'இங்கே எதுக்கு வந்தே' என்று பார்வையால் கேட்டார் சிவகாமியின் அம்மா.

"அத்தை நிகிலுக்கு என்ன ஆச்சு...? எங்க அவன்?" பதற்றமாய் கேட்டான் ஆனந்தன்.

"அடிச்சதும் இல்லாம இப்ப கொஞ்சறதுக்கு வேற வந்துட்டியா" அண்ணியின் அம்மா வழிவிடாமல் வாயிற்படியில் குறுக்கே நின்று கொண்டு பேசிக்கொண்டிந்தாள்.

மாமா உள்ளேயிருந்து "ஆனந்தனை உள்ளே வரச்சொல்லு" என்று குரல் கொடுத்ததும் வழிவிட்டாள்.

உள்ளே நுழைந்ததும் உட்காரச் சொன்னார் மாமா. அவர் முகத்தைப் பார்க்க பிடிக்காமல் தலை கவிழ்ந்து சோபாவின் விளிம்பில் உட்கார்ந்து கொண்டான் ஆனந்தன்.

"இன்டர்வியூ முடிஞ்சுதா" மாமா கேட்க,

"மாமா... நிகில்..."

மேற்கொண்டு வார்த்தைகள் வராமல் தொண்டைக்குள்ளே அடைப்பட்டுக் கொண்டது.

"பயப்படாதே ஒண்ணுமில்ல. குழந்தைங்களுக்கு தோல் லோசா இருக்கும். அதனால் நீ அடிச்சதும் தடிச்சுப்போச்சு அவ்வளவுதான். இப்ப தேங்காய் எண்ணெய் தடவியிருக்குது. கொஞ்ச நேரத்துல சரியாயிடும்" மாமா பரிவாய் சொல்ல,

"துப்பு கெட்ட மனுசன். ஏண்டா எம்பேரனை அடிச்சேன்னு குடுமியை பிடிச்சு கேக்காம விளக்கஞ் சொல்லிக்கிட்டிருக்கார்"

அத்தை உள் அறையிலிருந்து ஆனந்தனுக்குக் கேட்க வேண்டும் என்றே சற்று சத்தமாக சொன்னார். அப்பொழுதுதான் வரவேற்பறையை ஒட்டி இருந்த அறையை கவனித்தான் ஆனந்தன். அண்ணி கோபமாக உட்கார்ந்திருந்தாள். உள்ளே சென்று "அண்ணி...." என்றான்.

"தயவு செஞ்சு என்னை அண்ணின்னு கூப்பிடாதே. தாயில்லா பிள்ளையாச்சேன்னு பார்த்தா இப்படியா செய்வே. உம்மனசுல எவ்வளவு ஆத்திரம் இருந்திருக்கணும்..."

அண்ணியின் அம்மாவும் ஏதோ தன் பங்குக்கு சொல்லியிருப்பார் போலும், வார்த்தைகளால் அடித்துக் கொண்டேயிருந்தாள். ஆனந்தனால் தாங்க முடியவில்லை, பிடித்து உலுக்கினால் அழுது விடுவான் போல.

என்னவாயிற்று அத்தைக்கும் அண்ணிக்கும். தெரியாமல் செய்ததை மன்னிக்கும் பண்பு கூடவா இல்லாமல் போய் விட்டது? அல்லது நான் மன்னிக்க முடியாத தவறுதான் செய்து விட்டேனா. ஏன் எல்லோரும் கண்ணாடியாய் இருக்கிறார்கள்? ஒரு சிறு கல் தன்மேல் விழுந்ததும் இப்படி சுக்கல் சுக்கலாகி பிறர் காலை குத்துவதற்கா? அத்தைக்கும் அண்ணிக்கும் நான் நிகிலை அடித்தது ஒரு சிறுகல். நான் அறியாமல், விளைவு இப்படி ஆகுமென்று தெரியாமல் நிகிலை மிரட்டுவதாக நினைத்து விட்ட கல் அது. ஆனால் அது திரும்பி இப்படி குத்துமென்று தெரியாமல் போனது. மாமாவுக்கு இருக்கும் பக்குவம் ஏன் அத்தைக்கும் அண்ணிக்கும் இல்லாமல் போனது.

ஆனந்தன் தான் இவ்வளவு யோசிக்கிறோமே தனக்கு மட்டும் என்ன பெரிய பக்குவம் வந்துவிட்டது என நினைத்தான். தான் மட்டும் கண்ணாடியாய் உடைந்து நிகிலைக் குத்தவில்லையா என தன்னைத்தானே கேட்டுக்கொண்டான். மூக்குக் கண்ணாடியைத் தள்ளி விட்டு அது உடைந்தபோது தான் நிகிலின் கன்னத்தில் அறைந்ததற்கும் இப்பொழுது அத்தையும் அண்ணியும் என்னைப் பார்த்து சொற்களால் அறைவதற்கும் பெரிய வித்தியாசம் ஒன்றுமில்லையே. தானும் கண்ணாடியாய்த் தான் இருந்திருக்கிறோம் என்று நினைக்கையில் தன் மீதே கோபம் வந்தது.

மன்னிக்கும் பண்பு அண்ணிக்கு இல்லை என்று சொல்லும் தனக்கு மட்டும் அப்பொழுது நிகிலை மன்னிக்கும் பண்பு இருந்ததா என்று கேட்டுக் கொண்டான். தான் செய்தது தீயினால் சுட்டபுண் என்றால் அண்ணியினுடையது நாவினால் சுட்ட வடு. தீயினால் சுடமுடியாத கொழுந்தன் என்ற இடத்தில் நான் இருப்பதால் அண்ணி நாவினால் சுட்டு விட்டாள். ஆக இருவரும் ஒருவரையொருவர் சுட்டு கொண்டோம்.

ஆனந்தனுக்கு நிகிலைப் பார்க்க வேண்டும் போல் இருந்தது. மாமாவிடம் கேட்க, அவர் உள்ளேயிருந்து அழைத்து வந்தார். ஆனந்தனைப் பார்த்ததும் "சித்தப்பா" என்று ஓடி வந்து மடியில் உட்கார்ந்து கொண்டான்.

"தாத்தாவை உரிச்சு வச்சிருக்கான் பேரன். சித்தப்பனாம்... சித்தப்பன். சுட்டுப் போட்டாலும் ரோசம் வராத பரம்பரை"

அத்தை மறுபடியும் தன் சொல் அம்புகளை விட்டாள். ஆனால் இப்பொழுது அது ஆனந்தனை அவ்வளவாக சலனப்பட வைக்கவில்லை.

நிகிலின் கன்னத்தைப் பார்த்தான். மூன்று விரல்கள் அப்படியே கன்னத்தில் பதிந்து இருந்தன. அதன் மீது தேங்காய் எண்ணெய் பூசப்பட்டு, அது கன்னத்திலிருந்து வழிந்து கழுத்துவரை இறங்கி இருந்தது. ஆனந்தனால் அழுகையை அடக்க முடியவில்லை. சப்தம் வராமல் குலுங்கினான்.

“அடிச்சிப் போட்டுட்டு நீலிக்கண்ணீர் வடிக்கிறான் பாரு” அத்தை சொல்வது காதில் விழ மேலும் அழுகை அதிகமானது.

மாமா சமாதானப்படுத்த முயன்று தோற்றுப் போனார். அத்தையை சைகை காண்பித்து உள்ளே போகச் சொன்னார். நிகில் ஆனந்தனின் மடியிலிருந்து இறங்கி வீட்டுக்குள் ஓடினான். மாமா துண்டை கொடுத்து முகத்தை துடைத்துக் கொள்ளச் சொன்னார்.

உள்ளே போன நிகில் எதையோ மறைத்து எடுத்துக் கொண்டு ஆனந்தனிடம் வந்தான்.

“அழாத சித்தப்பா. நான் கண்ணாடிய ஒடச்சதுக்கு அழாத சித்தா. வேற கண்ணாடி எங்கிட்ட இருக்குது... இந்த இதை போட்டுக்க..” என்று இரண்டு கைகளையும் விரித்துக் காட்டினான்.

அது பிளாஸ்டிக்கினால் செய்யப்பட்ட பொம்மைக் கண்ணாடி. பச்சை நிற கண்ணாடிக்கு சிகப்பு பிரேம் போட்டிருந்தது. போன வாரம் பொருட்காட்சியில் ஆனந்தன் வாங்கித் தந்தது.

“இத போட்டுக்க சித்தா. ஒடயவே ஒடயாது... பார்க்கறியா...” என்று தூரப்போய் விழும்படி வீசினான். பிறகு ஓடிச்சென்று எடுத்துவந்து ஆனந்தனிடம் கொடுத்து “பார்த்தியா, இது ஒடையாது... இத வச்சுக்க” என்று கண்களில் மாட்டி விட்டான்.

உடையாத பிளாஸ்டிக் கண்ணாடி.

எவ்வளவு அழகாகச் சொல்லிவிட்டான்.

பெரியவர்கள் ஒருவர் மேல் ஒருவர் தாக்கி உடைத்து கொண்டிருக்கும் பொழுது உடையாத ஒரு கண்ணாடியை எவ்வளவு எளிமையாய் அடையாளம் காட்டிவிட்டது குழந்தை. இதோ இதை வளைக்கலாம். மேலிருந்து தூக்கிப் போடலாம். எப்படி செய்தாலும் பழையபடிக்கே திரும்பி விடுகிறதே. குழந்தையின் மனதைப்போல இயல்பாய் இருக்கிறதே. அடிபட்டாலும் மீண்டும் மீண்டும் தன்னிலைக்குத் திரும்பி சிரிக்கிறதே குழந்தையைப் போல.

எல்லோரும் நான் அடித்ததைப் பற்றி மட்டுமே பேசிக்கொண்டிருக்க, இவனுக்கு மட்டும் எப்படி உடைந்து போன கண்ணாடி நினைவுக்கு வந்தது.

நிகிலை வாரி அணைத்துக் கொண்டான்.

குழந்தைகளுக்கு நாம் சொல்லித்தர வேண்டியது எவ்வளவோ இருக்க, குழந்தையிடமிருந்து நாம் கற்றுக்கொள்ள வேண்டியது அதை விட அதிகமாக இருப்பதாய் உணர்ந்தான்.

அதற்குள் சிவகாமி முகம் கழுவி பொட்டிட்டு வீட்டுக்கு போக தயாராய் வந்தாள்.

"அப்பா, அவர் வர்ற நேரமாயிடுச்சு. நான் போயிட்டு வர்றேம்பா" என்று நிகிலை நோக்கி கை நீட்டினாள்.

நிகில் வர மறுத்து "நான் சித்தாவோடயே வர்றேன்" என்றாள்.

சிவகாமி கோபமாய் நிகிலைப் பார்க்க. "நீங்களும் வாங்க அண்ணி, சேர்ந்தே சைக்கிள்ள போயிடலாம்" என்றான் ஆனந்தன்.

நிமிர்ந்து ஆனந்தனின் முகத்தை ஒரு கணம் பார்த்தாள் சிவகாமி. அதில் தெரிந்த ஏதோ ஒன்று சிறுவயதில் இறந்து போன அவள் தம்பியை ஞாபகப்படுத்தியது. குழந்தை அழுவதை விட வளர்ந்து ஆளாகி விட்டவன் அழுவது கொடுமையாய்ப் பட்டது. ஆனந்தனை அதிகம் கடிந்து கொண்டேனோ என்ற வருத்தம் வந்தது. தன் பிள்ளையை சீராட்டப்போய் தாயில்லாப் பிள்ளையை வதைத்து விட்டேனோ என்ற துக்கம் எட்டிப் பார்த்தது. நிகில் தன்னிடம் அண்டியதைப் போல் இவன் யாரிடம் போவான் என்கிற விதத்தில் யோசனை ஓடியது.

"சரி!" என்று சொல்லி சிவகாமி பின்னால் உட்கார்ந்து கொள்ள சைக்கிளை மிதித்தான் ஆனந்தன்.

போகும் போது "என்னை மன்னிச்சுடுங்க அண்ணி, என்னை மன்னிச்சுடுங்க அண்ணி" என்று திரும்பத் திரும்ப சொல்லிக் கொண்டு வந்தான் ஆனந்தன். நிகில் கொடுத்த அந்த பச்சைநிற பிளாஸ்டிக் கண்ணாடியை பிடிவாதமாகப் போட்டுக் கொண்டு சைக்கிள் ஓட்டும் ஆனந்தனைப் பார்க்க சிவகாமிக்கு சிரிப்பாய் வந்தது.

(ஆனந்தவிகடன், 1999)

சுமைதாங்கிக்கல்

ஞாயிறு காலை கோவை வானொலியில் 'பாட்டு ஒண்ணு நான் கேட்கட்டுமா' ஒலிபரப்பாகிக் கொண்டிருந்தது. நீள் சதுர மூளைச்சலவை இயந்திரம் இல்லாத ஒரு அதிர்ஷ்டக்கார வீட்டிலிருந்து ஒலி அலைகள் புறப்பட்டு வருகின்றன. வீதிகளில் கருப்பு நிறத்தில் பயமுறுத்தும் கேபிள் டிவி ஒயர்களைப் பார்த்துச் சற்று அடங்கியே வருகிறது.

காற்றில் மிதந்து வந்த பாடலை மூன்று பேர் கண்மூடி காலாட்டியபடி ரசித்துக் கொண்டிருந்தார்கள். பாட்டினூடே மெல்லிய கொலுசொலி தாள லயத்தோடு கேட்கிறது. சிறிது நேரத்தில் பாடலின் ஒலியையும் மீறி கொலுசு சமீபிக்க மூவரும் கண் திறக்கிறார்கள்.

"யாருடா இந்த பொண்ணு"

"தெரியலையே, கால்ல கொலுசு, இடுப்புல குடம், குனிஞ்ச தலை. பாரதியோட புதுமைப் பெண் இல்லடா இது"

"அதுனால தான் நீ இன்னும் அடி வாங்காம உக்காந்துட்டு இருக்கே. உங்க தெருவில இருந்துதான் வாராப்ல போல இருக்கு. பாலா... யாருடா இது"

பாலா தணிந்த குரலில், "எலிமெண்ட்ரி ஸ்கூல் கால்முட்டி

வாத்தியாரோட சம்சாரம்டா, போன வாரந்தான் கல்யாணமாச்சு”

“ஓ... லைசென்சு வாங்கினதா” முரளி உரக்கவே சொன்னான்.

“சும்மா இருடா வாத்தியாரும் எங்கப்பாவும் தோஸ்த்துங்க எங்கினாச்சும் போட்டுக் கொடுத்தறப் போறார்”

--

தெரு முனையைத் தாண்டுவதற்குள் இந்துவுக்குக் குப்பென்று வியர்த்து முதுகும் கழுத்தும் கசகசவென்று உணர்ந்தாள். அப்பொழுது தான் குளித்து விட்டு வந்திருந்தாலும் உடலெங்கும் அழுக்குகளும் கரப்பானும் ஊர்வதான உணர்வு வண்டித் தெருவின் தெற்கு மூலையைக் கடக்கும் வரை இந்த அவஸ்தை தான். காதை நன்றாக மூடிக்கொண்டு கடந்து விட்டால் அப்புறம் அவர்கள் பாடு. அந்த சுமைதாங்கிக் கல்லின் பாடு.

ரொம்ப காலமாகவே வண்டித்தெருவின் தெற்கு மூலையில் பிரதான சாலையும் வண்டித்தெருவும் சந்திக்கும் இடத்திலிருந்து கிழக்குப் பக்கமாக இந்த சுமைதாங்கிக்கல் நின்று கொண்டிருக்கிறது. இரண்டு குத்துக் கற்கள், ஐந்தடி இடைவெளியில். மேலே நீண்ட ஒரு பலகைக்கல்.

நிறைமாத கர்ப்பிணியான அந்த பெண் பிரசவ நேரத்தில் துவண்டு, உருண்டு அழுது அரற்றி கடைசியில் ‘போதுமடா சாமி இந்த பொட்டச்சி பொறப்பு’ என்று பூவோடும் பொட்டோடும் குழந்தையோடும் மண்ணோடு மண்ணாகிப் போனாளாம். அவள் ஞாபகார்த்தமாக நடப்பட்டதுதானாம் இந்த சுமைதாங்கிக்கல். பஸ் வசதி இல்லாத காலத்தில் சந்தைக்குப் போய் தலைச்சுமையோடு வருபவர்களும் காட்டுக்குள் போய் விறகு வெட்டி இந்த ஊரைக்கடந்து போகும் பெண்களும் தங்கள் சுமையை சற்றே இறக்கி ஆசுவாசப்படுத்திக் கொண்டு போவார்களாம். பாட்டிகள் சொல்லும் இந்தச் செவிவழிச் சேதிதான் கல்லின் மூலம்.

‘ஒரு காலத்துல ஓராளு ஒசரத்துக்கு மேலெ இருந்துச்சு’ என்று எப்பவாச்சம் பட்டணத்து ஆத்தா சொல்லிக் கொள்வதைத் தவிர அந்த சுமைதாங்கிக்கல்லின் மலரும் நினைவுகளுக்கென்று யாரும் தனிப்பட்ட முக்கியத்துவம் கொடுப்பதில்லை.

அமாவாசை மூணாம் ஜாமத்தில் குழந்தையின் அழுகுரல் அந்தக் கல்லிலிருந்து வருமென்று பாட்டிகளின் கதைகளை சுவாரசியமாகக் கேட்டுக்கொண்டிருந்த பேரன்கள் அந்தக் கல்லின் மீது

ஒண்ணுக்கடித்து கோலம் போட்டு யாருடைய கோலம் பெரியது என்று ஒலிம்பிக்குக்கு இணையாக போட்டி வைத்துக் கொண்டிருந்தார்கள்.

போட்டி வைத்த பேரன்கள் எல்லாம் இப்பொழுது பூனைமுடி மீசையுடன் மேல்நிலைப்பள்ளி இறுதியாண்டில் வாத்தியார்களுக்கு பட்டப்பெயர் வைத்துக் கொண்டிருக்கிறார்கள். அத்துணை பேரன்களுக்கு மத்தியிலும் மூவர் மட்டுமே கல்லை கெட்டியாகப் பிடித்துக் கொண்டவர்கள்.

மாலை நேர அரட்டைகள், அன்றைய தேதியில் ஊருக்குள் ருதுவான பெண்களின் விவரங்கள், ஓடிப்போனவர்களின் கதைகள், கல்யாணமாகாமல் செத்துப்போன பழனியம்மாள் பேயாக வந்து மாரியப்பனைப் பிடித்துக் கொண்டு 'கண்ணாலம் கட்டிக்க' சொல்லிப் புலம்பும் இப்படியான தலைப்புச் செய்திகள் வாசிக்கப்பட்டு அலசப்படுவது இங்குதான். இந்தக் கிராமத்தைப் பற்றி என்றாவது ஒரு நாள் வெளிநாட்டு யாத்ரீகர் ஒருவர் குறிப்பெழுத வந்தால் 'மூன்று வாலிபர்கள் உட்கார்ந்து விவாதித்ததில் ஆறடி உயரமிருந்த இக்கல் நான்கடி பூமியில் புதையுண்டு போனது' என எழுதினால் அதில் ஆச்சர்யப்பட ஒன்றுமில்லை.

ஒரு சிசுவைச் சுமந்தது போல இப்பொழுது பாலா, முரளி, இருதயராஜ் ஆக மூவரையும் சுமப்பவளாக ஆகிப்போனாள் பெயர் தெரியாத அவள்.

--

இந்துவுக்கு இந்த ஊர் இன்னும் வகைப்படவில்லை. கல்யாணமாகி ஒரு வாரமே ஆகியிருந்ததால் உறவுகளை வளர்த்துக்கொள்ளும் முயற்சியில் நுனிகளைத் தேடிக்கொண்டிருந்தாள். எங்கு பிடித்து எப்படித் தொடங்குவது என்ற ஐயப்பாடு இன்னும் தீர்ந்தபாடில்லை. ஆனால் சுமைதாங்கிவாசிகளுக்கு அந்த சிரமமெல்லாம் இல்லை.

"இன்னைக்கு எவ்வளவுடா"

"பாஸ் போடலாம்"

"அவ்வளவுதானா? வாத்தியார் உனக்கு போடற மார்க்குக்கு மேலே யாரும் வாங்கிடக்கூடாதே. சரியான பொறாமை புடிச்சவண்டா நீ"

சமைதாங்கிக் கல்லைக் கடந்து தண்ணீர் எடுக்கச் செல்லும் பொழுதெல்லாம் இது போன்ற வசனங்கள் காதில் விழுந்து கொண்டுதான் இருக்கின்றன. இந்துவுக்குத் தெரியும் இது தன்மீதான விமர்சனங்கள் தானென்று.

கணவனிடம் சொல்லலாமா என்று யோசித்தாள். இவர்கள் முகத்தைக் கூட பார்க்காமல் யாரென்று புகார் சொல்வது? தன் கணவனைப் புரிந்து கொள்ளவே இன்னும் கால அவகாசம் தேவைப்படுகிறபோது இதை அவர் எப்படி எடுத்துக் கொள்வார் என்பதில் இந்துவுக்கு இன்னும் சரியான தெளிவு இல்லாமலிருந்தது. தன் இளமையைப் பற்றி தானே கர்வம் கொண்டு கூறப்படும் கற்பனையானதொன்றாகக்கூட எடுத்துக் கொள்ளலாம். சற்றுப் பொறுத்துதான் பார்ப்போமே என்று பட்டது இந்துவுக்கு. இதற்கெல்லாம் போய் ஆம்பளையின் துணையை நாடாமல் தன்னாலேயே இதை எதிர்கொள்ள முடியும் என்ற இந்துவின் தன்னம்பிக்கைகூட இதை தற்காலிகமாக சகித்துக்கொள்ள ஒரு காரணமாயிருக்கலாம்.

தண்ணீர் எடுக்கப்போகும் போது யாராவது ஒருவரைத் துணைக்கு அழைத்துப் போகலாமா என யோசித்துக் கொண்டிருந்த இந்துவுக்கு பிரசவத்திற்காகத் தாய்வீடு வந்திருக்கும் காவேரி உதவிக்கு வந்தாள். தெரு முனையில் வழக்கம் போல மூவர் கூட்டணி.

"அட நம்ம காவேரிடா"

"அது அப்ப. இப்ப இதக் கேட்டா அவ புருசன் வந்து ஒதைப்பான்"

"நம்மோட எட்டாங்கிளாஸ் படிச்சிட்டு இருக்கறபோது மூக்கை ஒழுக்கிட்டு திரிஞ்ச காவேரியாடா இது. கொடுமையைப் பாருடா. நாம ப்ளஸ்டூ வந்தாச்சு. இவ என்னடான்னா வயித்த தள்ளிகிட்டு நிக்கறா" இது பாலு.

"அவளும் ப்ளஸ்டூ தான்டா. இடுப்புல ஒண்ணு... வயித்தப் பாரு. ப்ளஸ்டூ எழுதியிருக்கா. கையில வளையலெல்லாங்கூட போட்டாச்சு. சீக்கிரம் பாஸ் பண்ணிடுவா" முரளி.

மூவரும் சிரித்ததில் கல் லேசாக அசைந்தது. புள்ளத்தாச்சியைப் பற்றிச் சொன்னதாலாயிருக்கும்.

இந்துவும் காவேரியும் இவர்களைக் கடந்து போகும் போது இருதயராஜ் கேட்டான் "எப்ப காவேரி ப்ளஸ்டூ ரிசல்டு. பாடம் எல்லாம் நல்லா படிக்கறே இல்ல... பாசாயிடுவியா?"

காவேரி இப்பொழுது நின்று அவர்களை முறைத்தாள்.

“உருப்படவே மாட்டீங்களாடா?”

“என்ன பண்றது எங்க வீட்லயும் காலா காலத்துல கல்யாணம் பண்ணி வச்சிருந்தா இந்நேரம் உன மாதிரி ப்ளஸ்டூ பாஸ் பண்ணிட்டு காலேஜூக்குப் போயிப்ருப்போம்”

உன்னை மாதிரி என்று சொல்லும்போது அவள் வயிறைக் காண்பித்துச் சிரித்தார்கள்.

“இப்பவும் ஒண்ணும் கெட்டுப் போயிடலே. உங்கள மாதிரி தறுதலைங்களுக்குன்னே டுடோரியல் காலேஜ் தொறந்து வச்சிருக்காங்க, போயி படிங்க”

“காவேரி. வா. எதுக்கு வீணா வாக்குவாதம் பண்ணிட்டு இருக்கே”

இந்துவிடம் அந்த இடத்தை விட்டுச் சீக்கிரம் நகர்ந்துவிட வேண்டுமென்ற அவசரம் தெரிந்தது.

“நீங்க சும்மாயிருங்க அக்கா. இவனுகளுக்கெல்லாம் செருப்புல அடிச்சாப்பல நாலு வார்த்தை கேட்டாத்தான் திமிறு அடங்கும்”

“கால்முட்டி வாத்தியாரு வீட்ல நல்லா பாடம் எடுக்கறாரா நாளைக்கு வரும்பொழுது அவங்களைக் கேட்டு சொல்லு என்ன?” கடைசியாக அவர்கள் காவேரியிடம் மெதுவான குரலில் சிரித்தபடி சொன்னதைப் பார்த்து அவள் இடுப்பில் இருந்த குழந்தையும் சந்தர்ப்பம் தெரியாமல் சிரித்து வைத்தது.

தண்ணீர் பிடிக்கும்போது இந்து “யாரு காவேரி அது. கால்முட்டி வாத்தியாரு” என்று கேட்டாள்.

--

“உங்க பேரு என்னங்க?”

“என்ன இந்து இது, திடீர்னு சம்பந்தமில்லாத கேள்வி. அண்ணாமலைதான்”

“கால்முட்டி வாத்தியாருன்னு சொல்றாங்க”

“அடப்பாவிங்களா தாலிகட்டின பொண்டாட்டி கிட்டயே பட்டப்பேரெல்லாம் சொல்லிக் கொடுத்துட்டீங்களேடா. யாரு சொன்னது இந்து? சொல்லு, அவனுங்களை உச்சி வெயில்ல மணல்ல முட்டிங்கால் போட வெச்சுடறேன்.”

“அதானே... அவங்க சொன்னது சரிதான்”

“அவங்களுக்கே வக்காலத்து வாங்க வந்துட்டியா இரு உன்னை...”

இந்துவை அடிப்பது போல கையை ஓங்க அவள் தப்பித்துப் போய் “என்ன... என்னையும் முட்டி போட வச்சுடுவீங்களா கால்முட்டி வாத்யாரே”

இளம் மனைவியிடம் இருந்து வந்த ‘கால்முட்டி வாத்யாரே’ என்ற அழைப்பு அண்ணாமலைக்கு ஓர் இனம் புரியாத கிறக்கத்தை உண்டு பண்ணியது. இந்தக் கிறக்கம் புதிது. இதே வார்த்தையை மாணவர்கள் சொன்னபோது ஏற்பட்ட கோபத்தை வியப்புடன் ஒப்பிட்டுப் பார்த்தான். இந்த வியப்பு இன்னும் இன்னும் என்று கிறக்கத்தை அதிகப்படுத்தவே இந்துவை இறுக்கி அணைத்தான்.

“உங்க ஊர்ல தண்ணி வீட்டுக்குள்ளாறவே வரும். இங்க பொது பைப்பிலேர்ந்து சுமந்துதான் எடுத்துட்டு வரணும். ரொம்ப சிரமமாயிருக்கா”

“பொதுவா இது மாதிரி கேள்விகளுக்கு இல்லைன்னு தான் பதில் சொல்லணும்னு அம்மா சொல்லியனுப்பினா. ஆனா நான் உண்மையைத்தானே சொல்லணும். பழக்கமில்லாததினாலே இடுப்பு வலிக்குது”

“எங்க வலிக்குது சொல்லு எண்ணெய் போட்டு மஸாஜ் பண்ணிவிடுறேன்”

“இந்த ஆம்பளைங்களே இப்படித்தான். எப்படா சமயம் கிடைக்கும் தொடலாம்னு பார்த்துட்டேயிருப்பாங்க”

“ச்சே... இந்த பொம்பளைங்களே இப்படித்தான் நல்லது செய்யணும்னு நெனச்சாகூட ஏதாவது ஒரு காரணம் கண்டு பிடிச்சுடுவாங்க. ஆம்பளைங்களை மட்டம் தட்டிட்டே இருப்பாங்க”

இருவரும் கண்களில் நீர் வர சிரித்தார்கள்.

“நல்லது செய்யணும்னா நான் ஒரு யோசனை சொல்லட்டா”

“அதுக்குத்தானே உன்னை கட்டிட்டு வந்திருக்கேன் சொல்லு”

“மொதல்ல இந்த - கட்டிட்டு வந்திருக்கேன். கட்டுன பெண்டாட்டி - அப்படின்னு சொல்றதை விடுங்க. என்னவோ மாட்டைக் கயித்துல கட்டி இழுத்துட்டு வந்தாப்ல இருக்குது”

“உத்தரவு மகாராணி” சிரித்துக் கொண்டே சொன்னான்.

“மகாராணி வேண்டாம் மனுஷின்னு சொன்னாப் போதும்”

“சினேகிதின்னு சொல்லவா?”

இந்துவுக்கு மகிழ்ச்சியாக இருந்தது. மனுஷிக்கு சினேகிதி சற்று உயரம் தானே,

"நம்ம வீட்டுக்குப் பின்னாலேயே கிணறு இருக்குங்களே அதைக் கொஞ்சம் சுத்தப்படுத்தி மோட்டார் வச்சா என்னங்க"

அப்பொழுதுதான் நினைவுக்கு வந்தவனாய் "ஆமா, கிணறு ஒண்ணு இருக்கறதே மறந்து போச்சு. அம்மா போனதிலேருந்து அந்தப்பக்கம் நான் எட்டியே பாக்கறதில்லே. அம்மா இருந்தப்ப காலைல அஞ்சு மணிக்கே கெணத்துல தண்ணி சேந்தி குளிக்க ஆரம்பிச்சுடுவா. அப்படியே எனக்கும் ரெண்டு பக்கெட் சேந்தி வச்சிடுவா. நீ இப்ப அதை ஞாபகப்படுத்தற போது எனக்கு அம்மா நெனப்பு வருது"

மனைவி பேச்சில் அம்மா ஞாபகம் வருவதாய்ச் சொல்பவன் பாக்கியசாலிதான். அவளும்தான்.

--

கிணறு, சாய மரங்கள் மூடி இருட்டாகக் கிடந்தது. இந்து ஒரு கல்லை எடுத்துக் கிடைத்த இடைவெளியில் உள்ளே போட்டாள். கல் விழுந்து 'சலீர்' என்ற சப்தம் எழுப்ப குதூகலித்தாள்.

எண்ணி மூன்றாவது நாள் கிணற்றிலிருந்து இரண்டு பாம்புகள், நான்கு சாய மரங்களை வெளியேற்றிய பிறகு மினி மோனோபிளாக் வைத்து தண்ணீர் மேலே வந்தது.

இதற்கு முன்னால் ஊரிலிருந்தவர்கள் எல்லோரும் பஞ்சாயத்து போர்டு வட்டக் கிணறில் உருளை கட்டி நீர் இறைத்தவர்கள் தான். பிறகு கிராம சபைகளுக்கு தேர்தல் வந்த பிறகு வட்டக்கிணறுக்கு மோட்டார் வைத்து டேங்க் கட்டி வீதிக்கு இரண்டு பைப் போட்டு வரிசையில் நின்று பிடித்துக் கொண்டிருந்தார்கள். இப்பொழுது அதுவும் மாறி உலக வங்கி உதவியோடு வீடுகளுக்கே அத்திக்கடவு தண்ணீர் சப்ளை வந்துவிட்டதில் எல்லோரும் பஞ்சாயத்து போர்டு வட்டக்கிணறை மறந்து போய்விட்டார்கள். வட்டக் கிணறை மட்டுமல்லாமல் அதிலிருந்து திருட்டுப் போன மோட்டார் பம்ப்செட்டு ஒயர்களையும் மக்கள் மறந்து வெகு நாட்களாகிவிட்டது.

எதையும் மீண்டும் மீண்டும் நினைவுபடுத்தும் நாட்கள் வந்து கொண்டுதானே இருக்கின்றது. தண்ணீர் விசயத்திலும் அப்படித்தான்.

அத்திக்கடவு தண்ணீர் வரும் பிரதான குழாயில் எங்கேயோ உடைப்பு ஏற்பட்டு விட்டதாகவும் இன்னும் ஒரு வாரத்திற்குத்

தண்ணீர் வராது என்று வானொலியும் செய்தித்தாள்களும் அறிவித்து ஓய்ந்த போது மக்கள் ஓய்விலிருந்து எழுந்தார்கள்.

"ஒழுங்கா பைப்பை போடாமெ எப்பப் பாத்தாலும் அவனுகளுக்கு இதே பொழப்பாப் போச்சு. வட்டக் கெணத்துல உருளையைக் கட்டியாவது சேந்துங்கடா" ஊருக்குப் பெரியவர் யோசனை சொன்னார்.

"ஆமா, மாசக்கணக்குல கெடப்புத் தண்ணியா கெடக்குது. அதுவும் போக நாய் நரியெல்லாம் செத்துக் கெடக்கற தண்ணியெ மனுசன் குடிப்பானா"

சுகாதாரம் பேசிய இன்றைய தலைமுறை பின்னால் பிளாஸ்டிக் குடத்தைக் கட்டி தண்ணீருக்காக ஐந்து மைல் சைக்கிள் மிதித்தது. வசதியுள்ளவர்கள் வீடுகளுக்கு வண்டித்தண்ணி காசுக்கு வந்தது. சுமைதாங்கிக் கல்லுக்கு சற்று விடுதலை கொடுத்து பாலாவும் முரளியும் சைக்கிளெடுத்துப் போனார்கள். இப்பொழுது அவர்களைப் பார்த்து காவேரி சிரித்துக் கொண்டிருந்தாள்.

"தண்ணியெடுக்கறதுக்கு பொம்பளைங்க படற கஷ்டம் புரியுதாடா"

அவர்கள் அவளை முறைத்துவிட்டு வெறுப்போடு விலகினார்கள். இந்துவும் அண்ணாமலையும் பக்கத்து வீட்டிலிருந்து நீளமான ஹோஸ் பைப்பை இரவல் வாங்கி வந்து வாசலுக்கு முன்னால் தண்ணீர் கொண்டு வந்தார்கள். எல்லோரையும் பிடித்துப் போகச் சொன்னார்கள். கால்முட்டி வாத்தியார் என்றே அறியப்பட்டிருந்த அண்ணாமலைக்கு 'வாத்தியார் சார்' என்பது இதனால் சித்தித்தது.

இந்துவை இதுவரை பார்க்காதவர்களும், ஒரு வார்த்தை கூட பேசாதவர்களும் கூட இந்துவை அறிந்து கொண்டார்கள். குடம் குடமாக ஒவ்வொரு வீட்டுக்கும் மிடறு மிடறாக ஒவ்வொருவர் வயிற்றுக்குள்ளும் இந்து சென்றாள். இத்தனை நாள் வாத்தியாருக்குத் தோணாதது நேத்து வந்த இந்துவுக்குத் தோன்றியதே ஊரெங்கும் பேச்சாய்க் கிடந்தது.

"வணக்கம் சார்" அண்ணாமலைக்கு புது மரியாதை கிடைத்தது. பம்பு செட்டு வைத்து தண்ணீர் ஊற்றியதில் ஒரே நாளில் ஊர் இந்துவை பரிச்சயப்படுத்திக் கொண்டது. பஞ்சாயத்து போர்டு வட்டக்கிணறு கேட்பாரற்று கிடந்தது. அத்துணை பேரும் தண்ணீர் பிடித்துக் கொண்டிருந்தாலும் இரண்டு பேர் மட்டும் தயங்கித் தயங்கி நிற்பது தெரிந்தது.

யார் அது?

அண்ணாமலை அவர்களைப் பார்த்து கையசைத்தும் அவர்கள் எதற்கோ தயங்குவது தெரிந்தது. இந்துவுக்கு அவர்களைக் காட்டி.

"அவங்க ரெண்டு பேரும் எங்கிட்ட படிச்சவங்க. எப்பவும் என்னைக் கண்டா பயந்தான். இப்ப பிளஸ்டூ படிக்கறானுக. ஆனாலும் பேசறதுக்கே பயப்படுவாங்க"

அண்ணாமலை சுட்டிக்காட்டிய இடத்தில் பாலாவும் முரளியும் கையில் குடத்தை வைத்துக் கொண்டு நின்றிருந்தார்கள்.

"உங்களைப் பார்த்தா அவங்களுக்கு பயமா"

"பின்னே படிக்காம வந்தா தோலை உரிச்சிடுவேன்ல"

இந்து தனக்குள் சிரித்துக்கொண்டு "முட்டி போட வைப்பீங்கன்னு தான் கேள்விப்பட்டிருக்கேன்" என்றாள்.

"வாங்கடா வந்து பிடிச்சுட்டு போங்க" இரண்டாம் முறையாக அண்ணாமலை அழைத்தும் கூட அவர்கள் அசைவதாகக் காணோம்.

"அவங்க நிக்கறதைப் பார்த்தா உங்களுக்கு பயப்பட்டுட்டு நிக்கற மாதிரி தெரியலைங்களே"

இந்து கையை அசைக்க தலையைக் குனிந்தபடி வந்தார்கள். என்ன மாயம் இது என்று அண்ணாமலை வியந்து போனான்.

"வணக்கம் சார்" சொல்லிவிட்டு மீண்டும் தலையை குனிந்து கொண்டார்கள்.

"ரொம்ப அடக்கமான பசங்க" என்றான் அண்ணாமலை.

"ஆமா ரொம்ப அடக்கம். என்ன முரளி கங்கா ப்ளஸ்டூ பாஸ் பண்ணிட்டாளா" இந்து.

"அட, இவங்க பேரு கூட உனக்கு தெரியுமா. ஏண்டா நீங்களாடா சொல்லித் தந்திங்க. கால்முட்டி வாத்தியாருன்னு. ஆமா... அது யாரு கங்கா?" அண்ணாமலை தெரியாமல் தான் கேட்டான்.

இருவருக்கும் வியர்த்துக் கொட்டியது. முதுகும் கழுத்தும் கசகசவென்று உணர்ந்தார்கள்.

"அது... வந்து... சார்..." குழறினார்கள்.

"என்னங்க இது... அதுக்குள்ள மிரட்டுறீங்களே... இதுக்குத்தான் இவங்க அங்கேயே நின்னட்டு வராம இருந்தாங்க போல. அஞ்சாங்கிளாஸ் வாத்தியாரா இருந்தாலும் உங்க சார் ப்ளஸ் ஒன் பாடம் நல்லாவே எடுக்கறாரு பாலா"

பாலா இப்பொழுது கிட்டத்தட்ட வியர்வையில் ஊறியிருந்தான்.

கால்கள் லேசாக நடுக்கம் கண்டுகொண்டிருந்தன.

"நான் எப்ப உனக்கு ப்ளஸ் ஒன் பாடம் எடுத்தேன்" அண்ணாமலை புரியாமல் கேட்டான்.

"நீங்க ப்ளஸ் ஒன் டியூசன் எடுப்பீங்களான்னு அன்னைக்கு இவங்க ரெண்டு பேரும் எங்கிட்ட கேட்டாங்க"

"அட... அதுக்குள்ள இவங்கள பிரண்டு பிடிச்சுட்டியா? நல்ல பசங்க. என்னோட ஸ்டூடண்ட் இல்லையா?"

"ஆமாமாம் ரொம்ப நல்ல பசங்க"

இந்து சொன்னது அண்ணாமலைக்குச் சாதாரணமாகத் தெரிந்தாலும் பாலாவும் முரளியும் முதுகில் கரப்பான் ஊர்வது போல் நெளிந்தனர். மௌனமாக தண்ணீர் பிடித்து குனிந்த தலை நிமிராமல் சென்ற அவர்களை இந்து கூப்பிட்டு "பாலா, நாளைக்கு இருதயராஜையும் கூட்டிட்டு வாங்க" என்றாள்.

இப்பொழுதெல்லாம் சுமைதாங்கிக்கல் உட்கார ஆளில்லாமல் வெறுமையாய் நிற்கிறது.

(ஆனந்தவிகடன், 2001)

காதல் அல்ஜீப்ரா

என் உயிரினும் மேலாய்
உன்னை நேசிக்க முடியாது
உயிரே!
உன்னிலும் மேலாய்
உன்னையே -
எப்படி?

"தேவா... ப்ளீஸ் கொடுடா... அவளுக்குக் காட்டினா உடனே நான்-வெஜ் ஆயிடுவா... ப்ளீஸ்..."

"அலையாதடா... சமையலா இருந்தாலும் சைட்டா இருந்தாலும் சைவம் தான் நல்லது, புரிஞ்சுக்க"

புரிந்துகொள்ளச் சொன்னவனிடமிருந்து பிடுங்காத குறையாக வாங்கி சென்ற நண்பனைச் சபித்தான் தேவா.

என்ன காதல் இவர்களுடையது. எதன் அடிப்படை இவர்களை பரஸ்பரம் காதலிக்க வைக்கிறது. 'என்னோட ஆள்' 'உன்னோட ஆள்' என்று எப்படி தெரிந்தெடுத்துக் கொண்டார்கள்? 'ஆள்' வைத்துக் கொள்வது ஒரு கர்வம் இங்கே. என்னோட ஆள் நானேதான் என்று சொன்னால் சிரிப்பார்கள்.

கல்வி கற்க வருமிடத்து அதைவிடுத்து இதென்ன கூத்து? இதில் எத்துணை பேர் தன்னோட ஆளையே வாழ்க்கை முழுமைக்கும் துணையாக்கிக் கொள்ளப்போகிறார்கள். கடைசி வருடம் கண்ணீரோடு விடைபெற்று ஊருக்குச் சென்றதும் வேலைதேடும் யதார்த்தத்தில் சுத்தமாய் இதைப்பற்றி மறந்து போவதற்கு எதற்கு இந்த உருகலும் நேரத்தைச் சாகடிப்பதும்.

இதெல்லாம் தேவாவுக்குப் பிடிக்காத ஒன்று. வடக்கும் தெற்கும் இயற்கையாய் ஈர்க்கும் தன்மையது எனப் படித்துவிட்டு நிஜ வாழ்க்கையுடன் ஒப்பிட்டு அதன் இயல்பைப் புரிந்து கொள்ள முடியாமல்... என்ன இது பைத்தியக்காரத்தனம்... ஏதோ ஜென்ம சாபல்யம் அடைந்து விட்டதான மாயையில் உழன்று அவதிப்பட்டு செமஸ்டரில் கோட்டை விட்டு தேவையில்லாத ஒன்றாய் பட்டது.

“தேவா நீ சரியான அழுத்தக்காரன்டா. இவ்வளவு அழகா கவிதை எழுதிட்டு யாரையும் டாவடிக்கலைன்னு பொய் சொல்லற”

நண்பனின் கேள்விக்கு என்ன பதில் சொல்ல? அனுபவித்ததை மட்டும்தான் எழுத முடியுமா என்ன? வாத்ஸாயனர் அப்படித்தானா?

--

அன்பிற்கும் உண்டு
அடைக்குந்தாழ்
உன்னை
என் மனதில்.

இப்பொழுது சுலபமாய்
இனங்காண முடிகிறது
நீ சுவாசித்து விட்ட காற்றை.

கல்லூரி தமிழ் மன்றக் கவியரங்கத்தில் வாசித்து முடித்து வெளியே வந்தபோது இரண்டாமாண்டு ஜூனியர் பெண்ணொருத்தி வழிமறித்தாள்.

கண்ணைப்பறிக்காத சிவந்த நிறம். பார்த்தவுடன் மனதில் அப்பிக் கொள்ளும் ஒப்பனையா இயற்கையா என்று இனங்காண முடியாத திருத்தமான முகம்.

“ஹலோ... மிஸ்டர் தேவராஜ், நா... மகி... மகேஸ்வரி”

“ஹலோ”

“உங்களோட கவிதைகள் பிரமாதம்”

“நன்றி”

“அனுபவிச்சு எழுதினாப்ல இருக்கு. யாரவள் யாரந்த அதிர்ஷ்டசாலி”

“உங்களோட கவிதையும் நல்லா இருந்தது மிஸ். மகி”

“ரொம்ப நன்றி”

“தாய்க்கும் சேய்க்கும்

ஒரே உணவு

ஆவின்’ நல்லாயிருந்தது உங்களோட கவிதையும். ஆமா உங்க குழந்தைக்கு நீங்க தாய்ப்பால் தர்றதில்லையா”

ஸ்பஷ்டமாய் அதிர்ந்து கோபமாய்ப் பார்த்தாள்.

“மன்னிக்கணும்... தாயாகவோ குழந்தையாகவோ இல்லாமலேயே பாலைப்பற்றி எழுதலாம்னா காதலிக்காமலேயே அதைப் பற்றியும் எழுத முடியும்”

சட்டென இயல்பு நிலைக்கு வந்து ஸ்நேகமாய் சிரித்தாள்.

“நல்லாவே பேசறீங்க”

“உண்மைசைச்சொல்லறேன்”

அடுத்தடுத்த நாட்கள் கல்லூரி வராந்தாவில், கேன்டீனில் பஸ் ஸ்டாண்டில் என்று எதிர்ப்படும் போதெல்லாம் புன்னகைத்துக் கொண்டார்கள்.

பூவரச மரத்தடியில் பெஞ்சில் உட்கார்ந்திருந்த போது ஹலோவென வந்தாள் மகி.

“நீங்கதான் நம்ம காலேஜ் காதலர்களுக்கெல்லாம் கவிதை எழுதித்தரதா கேள்விப்பட்டேன். உண்மைதானா தேவா”

பெயர் சுருக்கம் ஒரு நெருக்கத்தை ஏற்படுத்தியது.

“அப்படியெல்லாம் ஒன்றுமில்லை. நச்சரிப்பு தாங்காமல் நான் செய்யும் வார்த்தை விளையாட்டு. அவ்வளவே. ஏன் உனக்கும் வேண்டுமா மகி”

தானும் சுருக்கி நெருக்கத்தை உறுதிப்படுத்திக் கொண்டான்.

“இப்பொழுது வேண்டாம். ஆமாம்... வார்த்தைகளுக்கு உணர்ச்சிகள் இல்லையா தேவா. அது பரப்பிக் கொண்டிருக்கும் காதல் அலையை உங்களால் உணர முடியவில்லையா?”

“பாருங்க மகி... இப்பவெல்லாம் இலக்கியத்திற்கும் சினிமாவிற்கும் மட்டுந்தான் காதல் தேவைப்படுது. பணம்

பண்ணுவதற்கு ஒரு நல்ல சப்ஜெக்ட். இப்பொழுது நிஜ வாழ்க்கையில் இப்போதைய சூழலில் அதைவிட நிறைய சவால்கள் இருக்கும்போது என்னைப்போல் கவியரங்கத்தில் கைதட்டல் வாங்குவதற்கும் உங்களோடு இதைப்பற்றி வெட்டியாய் பேசுவதற்கும் மட்டுமே உபயோகமானது இது”

“காதல்... கல்யாணம் இதிலெல்லாம் நம்பிக்கையில்லையா தேவா உங்களுக்கு”

“காதல் ... கல்யாணம் என்பதைவிடக் கல்யாணம் காதல் என்ற ஏற்பாட்டில் தான் எனக்கு உடன்பாடு மகி”

“புரியலை”

“காதலியே மனைவி என்பதைவிட மனைவியைக் காதலிங்கறது தான் ஆரோக்கியமான உறவுக்கு வழி”

“உண்மைதான். அதற்காக காதலிப்பதே தவறு என்றில்லையே”

“தவறுதான். அதுவும் இப்பொழுது இந்தக் காலேஜில் இது தேவையில்லாத ஒன்றுதான். நிஜ வாழ்க்கையைச் சொல்லறோம்னு காதலை சினிமாவும் கொச்சைப்படுத்திடுச்சி. சினிமாவைப் பார்த்துப் பார்த்து நிஜத்திலிருந்து தப்பித்து ஒளிந்துகொள்ளும் விதமாய் காதல் மாறிவிட்டது. காதல் மாதிரி உணர்வுபூர்வமாக மட்டுமோ வாழ்ந்துவிட முடியாது மகி. யதார்த்தத்திற்கு ஒரு நாள் வந்தே ஆகவேண்டும்”

“உங்களோட இந்த சிந்தனை எனக்கு பிடித்திருக்கிறது தேவா. இதே காரணத்துக்காக நான் உன்னைக் காதலிக்க முடியாதா?”

“சிந்தனைகள் மாறக்கூடியவை. காலம் பல மாயாஜாலம் செய்யும் சக்தி கொண்டது. அதன் தாக்கத்தில் எதுவும் ஓரிடத்தில் தேங்கி நின்றுவிட முடியாது. இதில் எண்ணம், சுபாவம், விருப்பு, வெறுப்பு எல்லாம் அடக்கம். இன்று ஒரு காரணத்துக்காக ஒரு பொருளை விரும்பும் நீ நாளை அதே காரணத்துக்காகவோ அல்லது வேறொரு காரணத்துக்காகவோ அதை வெறுக்கலாம். இன்ன காரணத்துக்காக என்ற வரைமுறை வகுத்துக் கொண்டு எப்படிக் காதலிக்க முடியும். வகுத்துக் கொண்டது ஒருநாள் நிச்சயம் தகர்ந்து போகும் என்ற நிலையில் காதலுக்கு என்ன தேவை இருக்கிறது இங்கே”

“வரைமுறை உண்டுதான்... ஆனால் விட்டுக் கொடுத்தலும் உண்டு தேவா”

“அப்படி விட்டுக் கொடுத்துச் சமரசம் செய்து கொள்வதானால் யாரிடம் வேண்டுமானாலும் உறவை ஏற்படுத்திக் கொள்ள முடியும்.

இதில் காதலர்களுக்கு என்று என்ன அதிகத் தகுதி வந்துவிட்டது. ஏன் முன்பின் அறிமுகமில்லாத மனைவியிடமோ கணவனிடமோ விட்டுக் கொடுத்தல் என்பது முடியாதா"

"உன்னிடம் பேசி ஜெயிக்க முடியாது தேவா"

"இதில் வெற்றி தோல்விக்கு என்ன இருக்கிறது. உண்மையில் இப்பொழுது உடல் தேடும் வேட்கை தான் காதல் என்று தவறாகப் புரிந்து கொள்ளப்பட்டிருக்கிறது. இதே உந்துதல் காதல் என்கிற நாகரிகச் சாயம் பூசிக்கொண்டு சைவமா அசைவமா என்று அலைகிறது. என்னுள் இல்லாததை உன்னிடம் கண்டுகொள்ளும் ஆவலால் கண்டுகொண்டு சுகித்தவுடன் அடுத்தது என்ன என்று யோசிக்கும் போதுதான் நிஜம் விஸ்வரூபமாய் விரிந்து பயமுறுத்தும். இந்தத் தேடுதலை, வேட்கையை காதல் என்று கற்பித்துக்கொண்டு ஏமாறுவதில் எனக்கு சம்மதமில்லை"

"சரி... நேரமாயிடுச்சு... வர்றேன் தேவா"

"ஏன்? என்ன அவசரம். நான் அந்த வழியாகத்தான் போறேன். உன்னை எஸ்ஸோவில் இறக்கி விடறேன்... அங்கதானே உன் வீடு"

இந்த அழைப்பு தேவாவுக்கே வியப்பாய் இருந்தது.

இவளை நான் ஏன் கூட்டிப்போய் விட வேண்டும்? இதில் வித்தியாசமாக நினைக்க என்ன இருக்கிறது என்று தனக்குத்தானே சமாதானப்படுத்திக் கொண்டான்.

தொடர்ந்து சாயங்கால வேளைகளில் இருவரும் சந்தித்துக் கொள்வதும் நேரம் போவது தெரியாமல் பேசிக்கொண்டிருப்பதும் வழக்கமாகி விட்டது. ஒருநாள் மகியின் அழைப்பின்பேரில் அவள் வீட்டுக்கு போனபோது அவள் குடும்பத்தினர் தேவாவின் பேச்சில் அன்னியோன்யமாய் இலகுவாக ஒட்டிக் கொண்டார்கள்.

--

மரத்தடி காற்று ரம்மியமாய் இருந்தது. சற்றே இமை மூடினால் தூக்கம் வந்துவிடும் போல மகியுடன் யாரோ ஒருவன் உட்கார்ந்து பேசிக் கொண்டிருப்பதை தூரத்தில் வரும் போதே தேவா கவனித்தான்.

"தேவா இது ரமேஷ்... என்னோட கிளாஸ்மேட். குறிப்பா சொல்லனும்னா என்னோட சந்தேகங்களை நிவர்த்திக்கும் வாத்தியார்"

"அதெல்லாம் ஒண்ணுமில்ல, மகி கொஞ்சம் அதிகப்படியா

சொல்றா... படிக்க வந்தேன், படிக்கிறேன். அவ்வளவுதான்"

ரமேஷ், மகி என்று அழைத்தது மனசை என்னவோ செய்தது. சில சமயம் நீ என்று ஒருமையில் அழைத்துக் கொண்டும் அவ்வப்போது அவன் தோள்மீதும் தொடைமீதும் அவள் கை படுவதைக்கூட பொருட்படுத்தாமல் இருவரும் மீண்டும் பாடத்தில் மூழ்கிவிட வேறு வழியில்லாமல் தேவா விடை பெற வேண்டியதாயிற்று.

"ஸாரி தேவா இன்னைக்கு என்னவோ இந்த மரமண்டையில ஏறவே மாட்டேங்குது" கழுத்தைத் திருப்பி கெஞ்சும் பாவனையில் கொன்னாள்.

மகியை தொட்டுத்தொட்டு பேசியது ரமேஷின் மேல் கோபத்தை கிளற தேவா மெதுவாக அந்த இடத்தை விட்டு அகன்றான்.

--

தொடர்ந்து சேர்ந்தாற்போல மூன்று நாட்கள் மகியைப் பார்க்க முடியவில்லை. பாடம், சந்தேகம் என்று ரமேஷிடமே ஒட்டிக் கொண்டிருந்தாள்.

என்ன இது? ஏன் அவளையே நினைத்துக் கொண்டிருக்க வேண்டும். ரமேஷ் தொடையைத் தட்டியதற்காக நான் ஏன் எரிச்சலடைய வேண்டும்? மூன்று நாள் பேசாமலிருப்பதற்காக ஏன் மாய்ந்து போக வேண்டும்? எனக்கும் மகிக்கும் என்ன உறவு?

அவள் கண்களின் கூர்மை மறுபடி மறுபடி மனதுக்குள் வந்து போனது.

இயல்பாய் இருக்க
இயலவில்லை
உன்
சந்திப்பிற்குப் பிறகு

ஏதோ விவரிக்க இயலாதவொன்றை அனுபவிப்பது போன்ற உணர்வு நெஞ்சுக் கூட்டுக்குள் இங்குமங்கும் அலை பாய்ந்தது. அவள் அருகிருந்த போது தன்னிடம் இருந்த ஏதோவொன்றை அவள் இல்லாத போதில் கைவிட்டுப் போவதாய் பிரமைப் தட்டியது. ரமேஷ் தன்னைப் புறந்தள்ளிவிட்டு ஓடுவதாய்க் கற்பனை வந்தது.

என்னவாயிற்று எனக்கு? காலம் என்னிடம் தன் கணக்கைக் காட்டத் துவங்கிவிட்டதா? நானும் சராசரியாய் அடிமைப்பட்டுப் போனேனா? அடி ஆழத்திலிருந்து வெளிவரத் துடிக்கும் ஏதோ

ஒன்று மனதிற்குள்ளேயே அமிழ்ந்து போய்ப் பாரமாயிருந்தது. சொல்லிவிட வேண்டும் போல.

இதுவரை அனுபவித்திராத பெண்மை ஈர்த்துக்கொண்டதா. எனக்கே எனக்கு என்று சொந்தம் கொண்டாடும் கர்வம் வந்துவிட்டதா, மற்றவன் தொட்டுப் பேசும்போது தன்னுடையதை அபகரித்துக் கொள்வானோ என்ற பதைபதைப்பு வந்துவிட்டதா? எப்படியானாலும் தான் மாறிவிட்டதாய் உணர்ந்தான்.

கண்டிப்பாய் இனி முடியாது. நாளை எப்படியும் சொல்லிவிட வேண்டும். என்னிடம் தோற்றுவிட்டேன் மகி... ஐ லவ்.. யூ மகி.

அன்று காலையிலிருந்தே பாடத்தில் கவனம் செல்லவில்லை. சொன்னால் என்ன நினைப்பாள். மாறிவிட்டேனென்று கிண்டலடிப்பாள்.

'இதே காரணத்துக்காக நான் உன்னை காதலிக்க முடியாதா தேவா'... கண்டிப்பாய் அவளுள்ளும் இது கனன்று கொண்டிருக்கும். நிச்சயம். எப்படித் தன்னால் இவ்வளவு சர்வநிச்சயமாய்ச் சொல்ல முடிகிறது என்று ஆச்சரியப்பட்டான்.

--

அன்று மாலை தனியாகவே வந்தாள் மகி. முகம் சற்று வாட்டமாய் இருந்ததாற்போல் தோன்றியது. ஆறுதலாய்க் கை பிடித்துக் கேட்க வேண்டும் போல மனம் பரபரத்தது. சிரமப்பட்டு அடக்கிக் கொண்டான்.

"தேவா. ஒரு சின்ன சங்கடம் மனசைப்போட்டுப் பிசைஞ்சுட்டேயிருக்கு"

"எனக்கும்தான் மகி"

"என்ன"

"முதல்ல நீ சொல்லு"

"இந்த ரமேஷ் இருக்கறானில்லையா..."

சற்று நிறுத்தினாள். எனக்கு தொடை தட்டல் ஞாபகத்திற்கு வந்தது.

"......"

"திடீர்னு நேற்று என் கையைப் புடிச்சுட்டு ஐ லவ் யூ மகி ங்கறான்"

"நீ.... நீ... என்ன சொன்னே" மனதின் அவசரத்தையும் ஆவலையும் வெளிக்காட்டாமல் கேட்டான்.

“பச்... எனக்கு ரொம்ப வருத்தமாயிடுச்சு தேவா... பிரில்லியண்ட் ஸ்டூடண்ட், கற்பூரம் மாதிரி சொன்னா புடிச்சுக்குவான். உண்மையில் அவன் இல்லைன்னா என்னால அவ்வளவு பாடத்தையும் புரிஞ்சிருக்க முடியாது”

“நீ என்ன சொன்ன... அதச்சொல்லு முதல்ல” சற்று கத்தினாற் போல கேட்டது அவன் குரல்.

“எனக்குத் தெரியும் தேவா... இதெல்லாம் உனக்குப் பிடிக்காதுன்னு. நானும் கூட ஒருகணம் தடுமாறி பிறகு சுதாரிச்சுக்கிட்டேன். ஐ லவ் யூன்னு சொல்றியே என் உடம்பு உனக்கு வேணுமான்னு கேட்டேன். இல்ல மகி நான் அப்படியில்லைன்னு சொன்னான். பிறகு எதுக்காக என் கையைப் புடிச்சுட்டு உன் மாரோட வச்சிட்டிருக்கறன்னு கேட்டதும் ஏதோ தீண்டத்தகாததைத் தொட்டுட்டாப்ல பதறிட்டான்... கூனிக் குறுகிப் போயிட்டான்... ஐம் ஸாரி மகின்னு திரும்பத் திரும்ப சொன்னான். இழிவான ஒரு செயலை நெத்திலடிச்ச மாதிரி உணர்ந்து கொண்டவனைப் போல துடிச்சுப் போயிட்டான் தேவா... எனக்கே சற்று அதிகப்படியோ சொல்லிட்டமோன்னு தோணிடுச்சு தேவா... ஆனா எனக்கு அவன் மேல கோபம் வரல. தாங்க்ஸ் தேவா... உன்னோட சொல்புத்தியால் என்னைய காப்பாத்திட்டே... நீ மட்டும் எனக்கு அறிமுகம் ஆகாம இருந்திருந்தா இந்நேரம் என்னையும் ஏமாத்திட்டு... அவனையும் படிக்கவிடாம பண்ணிட்டு... கடவுளே... நினைச்சுப் பார்க்கவே முடியல... தாங்க்ஸ் தேவா”

தூரத்தில் ரமேஷ் போவது தெரிந்தது. ஓங்கிக் குரலெடுத்து மகி கூப்பிடவும் ஓட்டமும் நடையுமாக வந்தான்.

“வாழ்த்துக்கள் ரமேஷ் செமஸ்டர்ல நீ முதல்ல வந்திருக்கறதா மாஸ்டர் சொன்னார்” ரமேஷின் கைபிடித்து குலுக்கினாள் மகி.

“தாங்க்யூ மகி. நேத்து சொன்னத மனசுல வச்சுக்காத ப்ளீஸ்... இன்னொரு தாங்க்ஸ் கூட சொல்லணும் உனக்கு”

“எதுக்கு”

“எனக்கு யதார்த்தத்தை காண்பிச்சதுக்கு... ராத்திரி பூரா யோசிச்சு பார்த்தப்ப எவ்வளவு முட்டாள்தனமா பண்ணிட்டோம்னு வெட்கமா இருந்தது. உன்னோட மறுபடியும் எப்படிப் பேச போறோம்னு கூட சந்தேகமா இருந்துச்சி. உன்னோட, குறிப்பா உன் வயசுப் பொண்ணோட அருகாமை எனக்கு புதுசு மகி... அது எற்படுத்தின தாக்கத்துல நான் கொஞ்சம் தடுமாறிட்டேன்”

தெளிவாய் திடமாய் நடந்து போகும் ரமேஷைப் பார்த்தபடியே நின்றிருந்த தேவாவிடம் "தேவா உங்களுக்கு என்ன சங்கடம்? அப்புறம் சொல்றேன்னீங்க என்ன அது"

"ஒண்ணுமில்ல... எல்லாம் சரியாயிடுச்சு"

"என்ன எல்லாமே சரியாயிடுச்சா"

தேவா சட்டென்று சுதாரித்துக் கொண்டு "நான் ரமேஷ் பத்தி சொன்னேன்"

(ஆனந்தவிகடன் *20.09.1998*)